**ಫಾಲ್ಗುಣ ಗೌಡ ಅಚವೆ**

ಹುಟ್ಟೂರು ಉತ್ತರ ಕನ್ನಡ ಜಿಲ್ಲೆ ಅಂಕೋಲಾ ತಾಲೂಕಿನ ಅಚವೆ. ವೃತ್ತಿಯಲ್ಲಿ ಅಂಕೋಲೆಯ ಪಿ.ಎಂ. ಸಂಯುಕ್ತ ಪ.ಪೂ. ಕಾಲೇಜಿನಲ್ಲಿ ಕನ್ನಡ ಉಪನ್ಯಾಸಕ. ಕವಿತೆ, ಕಥೆ, ವಿಮರ್ಶೆ, ಸಂಗೀತ, ಸಿನಿಮಾ ಆಸಕ್ತಿಯ ಕ್ಷೇತ್ರ.

'ಮಾಮೂಲಿ ಮಳೆಯಲ್ಲ' ಕವನ ಸಂಕಲನ (ಪ್ರಕಟಣೆ: ಕನ್ನಡ ಸಾಹಿತ್ಯ ಪರಿಷತ್ತು ಬೆಂಗಳೂರು), 'ಅಶಾಂತ ಕಡಲು ಪ್ರಶಾಂತ ಮುಗಿಲು' ಪ್ರಬಂಧ ಸಂಕಲನ (ಪ್ರಕಟಣೆ: ಶ್ರೀ ರಾಘವೇಂದ್ರ ಪ್ರಕಾಶನ ಅಂಕೋಲಾ), ಸಂಚಯ ಸಾಹಿತ್ಯ ಪತ್ರಿಕೆ, ಸಂಕ್ರಮಣ, ಕ್ರೈಸ್ಟ್ ಕಾಲೇಜು ಬೆಂಗಳೂರು ಏರ್ಪಡಿಸಿದ ಕಾವ್ಯ ಸ್ಪರ್ಧೆಗಳಲ್ಲಿ ಬಹುಮಾನ. 'ಪ್ರಜಾವಾಣಿ ವೀರಲೋಕ' ಏರ್ಪಡಿಸಿದ ಕಾವ್ಯ ಸಂಕ್ರಾಂತಿ ಬಹುಮಾನ. 'ಕರ್ಮವೀರ ಪತ್ರಿಕೆ' ಏರ್ಪಡಿಸಿದ ಕವನ ಸ್ಪರ್ಧೆಯ ಬಹುಮಾನ. 'ಅಂತ್ಯವಲ್ಲ ಆರಂಭ' ಸಿನಿಮಾದಲ್ಲಿ ಗೀತ ರಚನೆ. ಶ್ರೀ ಕ್ಷೇತ್ರ ವೀರಾಂಜನೇಯ ದತ್ತಿ ಸಂಸ್ಥೆ ಗೇರುಸೊಪ್ಪ ಇವರು 'ಮಲೆನಾಡು ಉತ್ಸವ'ದಲ್ಲಿ ನೀಡುವ ಶ್ರೀ ವೀರಾಂಜನೇಯ ಜಾನಪದ ಪ್ರಶಸ್ತಿ ವಿ.ಆರ್. ದೇಶಪಾಂಡೆ ಮೆಮೋರಿಯಲ್ ಟ್ರಸ್ಟ್ ಪ್ರಶಸ್ತಿ ಪುರಸ್ಕಾರಗಳು ಇವರಿಗೆ ಲಭಿಸಿವೆ.

# ಬಿಂಜೆಮುಳ್ಳು

## ಕವಿತೆಗಳು

ಫಾಲ್ಗುಣ ಗೌಡ ಅಚವೆ

ವೀರಲೋಕ

ವೀರಲೋಕ ಬುಕ್ಸ್ ಪ್ರೈ.ಲಿ.
# 207, 2ನೇ ಮಹಡಿ, 3ನೇ ಮೇನ್, ಚಾಮರಾಜಪೇಟೆ
ಬೆಂಗಳೂರು-560018. ಮೊಬೈಲ್: 70221 22121
ಇಮೇಲ್: veeralokabooks@gmail.com
ವೆಬ್‌ಸೈಟ್: www.veeralokabooks.com

**BINJEMULLU**
Poetry written by **Phalguna Gowda Achave**

Published by:
**VEERALOKA BOOKS PVT. LTD.**
# 207, 2nd Floor, 3rd Main
Chamarajpet, Bengaluru-560018

Mobile : +91 7022122121
E-mail : veeralokabooks@gmail.com
Website: www.veeralokabooks.com



Price : Rs. 120/-
Pages : 104
First Impression : 2023

Paper used : 70 GSM NS Maplitho
Book size : 1/8th Demy

ISBN : 978-93-94942-78-3

Cover page illustration by : Madan C.P.
Inner pages design by : Vijaya Vikram

## ಅರ್ಪಣೆ

ನೂರಾರು ಜನಕ್ಕೆ ಹಳ್ಳ ಹಾಯಿಸಿ ಸೇತುವೆಯಾದ ಅಪ್ಪನಿಗೆ,
ನನ್ನನ್ನು ಅಪ್ಪನ ಕೈಗಿತ್ತು ಮುತ್ತೈದೆ ಸಾವು ಕಂಡ ಅವ್ವಳಿಗೆ...

# ನೋಡ ನೋಡುತ್ತಿದ್ದಂತೆ...

**"ಸದಾ ಉಸಿರೂಡುವ ಮರವೇ**
**ನೀನು ನಡೆದಾಡದ ಮನುಷ್ಯ"**

ಎಂದು ಬರೆಯುವ ಅಚವೆಯ ಫಾಲ್ಗುಣ ಗೌಡ ಸ್ವತಃ ನಡೆದಾಡುವ ಒಂದು ಮರದಂತೆಯೇ ನನಗೆ ಕಾಣುತ್ತಾರೆ. ಅವ್ಯಕ್ತದ ಮೌನವೊಂದು ಅವನ ವ್ಯಕ್ತಿತ್ವದ ಲಕ್ಷಣವಾಗಿದೆ. ವಿದ್ಯಾರ್ಥಿ ಲೋಕದ ನೆಚ್ಚಿನ ಪ್ರಾಧ್ಯಾಪಕನಾಗಿದ್ದರೂ ಸಹ ಮಾತಿನ ಹಂಗಿಲ್ಲದ ಲೋಕವೊಂದನ್ನು ತನ್ನೊಳಗೆ ಎಚ್ಚರದಿಂದ ಕಾಪಿಟ್ಟುಕೊಂಡಿದ್ದಾನೆ. ಹೀಗಾಗಿ ಅವನನ್ನು ಕಲಕುವ, ಆರ್ದ್ರಗೊಳಿಸುವ, ಕೆಣಕುವ, ರೊಚ್ಚಿಗೆಬ್ಬಿಸುವ, ಸಂತೈಸುವ, ಒರೆಗೆ ಹೆಚ್ಚುವ ಎಲ್ಲ ಸಂಗತಿಗಳೂ ಪ್ರತಿಮೆಗಳಾಗಿ, ಚಿತ್ರಗಳಾಗಿ, ರೂಪಕಗಳಾಗಿ ಅವನ ಸಂವೇದನೆಯಲ್ಲಿ ಮಾಗುತ್ತಲೇ ಇರುತ್ತವೆ. ಬರೆಯಲು ಕೂತಾಗ ಸಹಜವಾಗಿಯೇ ನಳನಳಿಸುತ್ತ ತಮ್ಮೆಲ್ಲ ತಹತಹಗಳೊಂದಿಗೆ ಹೊರಗೆ ಬರುತ್ತದೆ. ಒಮ್ಮೆ ಬರೆದಾದ ನಂತರ ಅವನಿಗಿರುವ ಒಂದು ನಮೂನೆಯ ನಿರ್ಲಕ್ಷ್ಯ ಅಥವಾ ಉದಾಸೀನತೆಯೇ ಅವನ ದೊಡ್ಡ ಗುಣವಾಗಿದೆ. ಇದರಿಂದಾಗಿ ಅವನ ಕವಿತೆಗಳ ಕಾಂತಿ ಹೆಚ್ಚಿದೆ.

ಇಲ್ಲಿಯ 'ಮಾಸ್ತರು' ಕವಿತೆಯಲ್ಲಿ ಬರುವ 'ಏಕೋಪಾಧ್ಯಾಯ ಶಾಲೆ'ಯಂತೆ ಈ ಸಂಕಲನ ನನಗೆ ಕಾಣುತ್ತಿದೆ. ಒಂದೇ ಕೋಣೆಯಲ್ಲಿ ಬೇರೆ ಬೇರೆ ತರಗತಿಯ ಮಕ್ಕಳಂಥ ಕವಿತೆಗಳನ್ನು ಅವುಗಳ ಪಾಡಿಗೆ ಬಿಟ್ಟ ಗೆರೆಗೆರೆ ಪಾಯಜಾಮದ ಮಾಸ್ತರ್ರಂತೆ ಕವಿ ತೋರುತ್ತಾನೆ. 'ವಿಭೂತಿ' ಜಲಪಾತ, ಮೋತಿಗುಡ್ಡ, ಕುತ್ರಿ, ಮಾಳ, ಗಳ, ನಿಬಿಡ ಕಾನನ ಜೀವಿಗಳಿಗೂ ಮತ್ತು ಗೀತಾಂಜಲಿ ಟಾಕೀಸು, ಹೂವಿನ ಸಂತೆಯ ಚೌಕ, ಸರಕಾರಿ ಆಫೀಸಿನ ಹೊರಗೆ ಪಾಗಾರಕ್ಕೆ ಒರಗಿ ನಿಂತ 'ಸಡಿಲಗೊಂಡ ಚೈನಿನ, ಸ್ಟಾಂಡಿಲ್ಲದ ಸೈಕಲ್, ಜೀವಿಗಳಿಗೂ ನಡುವೆ ಅಂತಃಕರಣದ ಸೇತುವೆ ಕಟ್ಟುವ ಆವರಣ ಇದು. ಓದುತ್ತ ಓದುತ್ತ ಹೃದಯ ಬೆಚ್ಚಗಾಗುತ್ತದೆ.

**ಕತ್ತಲಾದರೂ ಅರಳಿಯೇ ಇರುವ ಅಬ್ಬಲಿ ಹೂವಂತೆ (ಅವ್ಯಕ್ತ)**

**ರಾತ್ರಿ ಹಾಲ್ಟಿಂಗ್ ಬಸ್ಸಿಗೆ ಬಂದ ನೆಂಟರು**
**ತಮ್ಮ ತಮ್ಮ ಸಂಬಂಧಿಕರ ಮನೆ ದಾರಿ**
**ಹುಡುಕುತ್ತಿದ್ದಾರೆ (ಮಳೆ ಹೊಳವಾಗುವುದಿಲ್ಲ)**

**ನಿಂತಲ್ಲಿಯೇ ಮೂನ್ ವಾಕ್ ಮಾಡಿದಂತೆ. (ಅಭಿವ್ಯಕ್ತಿ)**

**ಮಡಕೆಯಲಿ ಗಂಜಿ ಬಣ್ಣ ಗುಲಗಂಜಿ (ಬಡಗೇರಿ)**

ಇಂಥ ತಾಜಾ ಸಾಲುಗಳಿಂದ ತುಂಬಿರುವ ಇಲ್ಲಿಯ ಕವಿತೆಗಳ ಜೀವಂತಿಕೆಯನ್ನು ಓದಿಯೇ ಅನುಭವಿಸಬೇಕು. ದೈನಿಕದ ವಿರೋಧಾಭಾಸಗಳಿಗೆ, ಅಸಂಗತಗಳಿಗೆ, ದೃಷ್ಟಿ ದೋಷಗಳಿಗೆ, ದೌರ್ಜನ್ಯಗಳಿಗೆ, ಭಯಗಳಿಗೆ ಒಂದು ವಿಶಿಷ್ಟ ಕೌಟುಂಬಿಕತೆಯನ್ನು ಇಲ್ಲಿಯ ಕವಿತೆಗಳು ಹೊಮ್ಮಿಸುತ್ತವೆ. ಈ ಕೌಟುಂಬಿಕತೆ ಚೌಕದ ಮನೆಯ ಎಲ್ಲೆಗಳನ್ನು ದಾಟಿ, ಮೊಗೆವೋಳಿಗಳ ಸಾಲುದಾಟಿ, ಕಂಬಾರ್‌ಕಟ್ ಗೂಡಂಗಡಿ, ಊರು, ಕೇರಿಗಳನ್ನು ಆಲಂಗಿಸುತ್ತ ಇಡಿ ಸಮಾಜವನ್ನು ಒಳಗೊಳ್ಳುತ್ತದೆ. ಸಿವಿಲ್ ಆಸ್ಪತ್ರೆಯ ಮೌನವನ್ನು ಆಲಿಸುತ್ತದೆ. ಮಗು ಅಳುವ ಸದ್ದಿಗೆ ಕಾಯುತ್ತದೆ. ಅಪ್ಪ, ಪೂರ್ಣಚಂದ್ರ ತೇಜಸ್ವಿ (ನಿರುತ್ತರ), ಕೆರೆಮನೆ ಶಂಭು ಹೆಗಡೆ (ನಿರ್ಯಾಣ) ಇವರಿಗೆ ಮುಡಿಪಿನ ರೂಪದಲ್ಲಿ ಬರೆದಿರುವ ಕವಿತೆಗಳ ಒಕ್ಕಣಿಕೆ ಆಯಾ ವ್ಯಕ್ತಿಗಳ ಲಕ್ಷಣದಿಂದಲೇ ರೂಪುಗೊಂಡಿದೆ. ಅದೇ ಥರ ಹಿಲ್ಲೂರು, ಅಚವೆ, ಬಡಗೇರಿ, ಅಂಕೋಲೆ, ಕಾರವಾರ ಎಲ್ಲವೂ ತಮ್ಮ ತಮ್ಮ ಚಹರೆಗಳನ್ನು ಉಳಿಸಿಕೊಂಡೇ ಇಲ್ಲಿ ಬೆಚ್ಚಗೆ ಉಸಿರಾಡುತ್ತಿವೆ.

ಹಾಲಕ್ಕಿ ಪದಗಳಂತೂ ಈ ಕವಿತೆಗಳ ಮೂಲಕ ಕನ್ನಡಕ್ಕೆ ಹೊಸಕ್ಕಿ ಪಾಯ್ಸದಂತೆ ಕಮ್ಮಗಿನ ಸತ್ವ ಸೇರಿಸಿವೆ. 'ಮಾದೊಡ್ ಈಡು, 'ಇಮಾನ', 'ನೊಟ', 'ಹೊಡತಲೆ' ಒಂದೆ ಎರಡೆ ಇಂಥ ಎಷ್ಟೊಂದು ಪದಗಳು ಮಂಡಕ್ಕಿಯೊಳಗಿನ ಶೇಂಗಾ ಬೀಜದಂತೆ ಸಿಗುತ್ತವೆ. 'ಹೊರ್ಸನಕ್ಕಿ', 'ನೀರ್ಮುಳಕ'ಗಳು ಕನ್ನಡ ಕವಿತೆಯ ಟೊಂಗೆಯಲ್ಲಿ ಕೂತು ಎಷ್ಟು ಕಾಲವಾಗಿತ್ತೋ! ಸೀದಾ ನಮ್ಮ ಜೀವಕ್ಕೇ ಹೋಗಿ ಕೂತು ಬಿಡುವ ಈ ಚಿತ್ರಗಳನ್ನು ನೋಡಿ.

**ನೀನು ಮಾತ್ರ ಹುಲಿದ್ಯಾವರ ಮನೆ**
**ಕಲ್ಲರೆ ಮೇಲೆ ಕಾಲಲಗಿಸುತ್ತ**
**ಮಲಗೇ ಇದ್ದಿ ಇನ್ನೂ ಬೆಳಗಾಗಿಲ್ಲವೆಂದು (ಅಣ್ಣ)**

**ಬಂಡಿಹಬ್ಬಕ್ಕೆ ನಿನಗೆ ನನಗೆ ತಂದ**
**ಒಂದೇ ತರಹದ ಟೆರಿಕಾಟ್ ಅಂಗಿ (ಅಣ್ಣ)**

**ದಾಸಾಳದ ಹೂಗಳು**
**ಕೊಯ್ಯುವ ಪುಟ್ಟಿಯ ಪುಟಾಣಿ ಕೈಯ**
**ಮುದ್ದು ಮಾಡುತ್ತವೆ (ಹೂ ಬೆಳಗು)**

**ಹೊಳೆಯಲ್ಲಿ ಮುಖ ತೊಳೆದ ಮೋಡ (ಹೂ ಬೆಳಗು)**

**ಆಗಾಗ ಅವರ ಜೀವ ಬಾಯಿಗೆ ಬರುತ್ತಿತ್ತು. (ಶಿಕಾರಿ)**

ಇಪ್ಪತ್ತೈದು ವರ್ಷಗಳ ಹಿಂದೆ ಕರ್ಮವೀರ ಪತ್ರಿಕೆಯಲ್ಲಿ ವಿಭೂತಿ ಫಾಲ್ಸ್ ಬಗ್ಗೆ ಪರಿಚಯ ಲೇಖನ ಬರೆದು ಎಲ್ಲರನ್ನು ಅದರತ್ತ ಸೆಳೆದಂತ ಮೊದಲಿಗ ಫಾಲ್ಗುಣ. ಈಗ ಅವನಿಗೇ ಅಲ್ಲಿ ಕಾಲಿಡಲು ಆಸ್ಪದ ಇರದಷ್ಟು ಪ್ರವಾಸಿಗರು! ಅಂಥ ಅದೆಷ್ಟೋ ಅನಾಮಿಕ ಝರಿಗಳು, ಜಲಪಾತಗಳು ಅವನಿಗೆ ಗೊತ್ತು. ಅವುಗಳ ಬಗ್ಗೆ ಬರೆಯಬೇಕು ಅನಿಸಿದರೂ ನಂತರ ಅವೂ ಬೇಜವಾಬ್ದಾರಿ ಪ್ರವಾಸಿ ತಾಣಗಳಾಗಿ ಪ್ಲಾಸ್ಟಿಕ್ ಕೂಪಗಳಾಗಿವೆ ಎಂಬ ಆತಂಕದಿಂದ ಸುಮ್ಮನಿದ್ದಾನೆ. ಆದರೆ, ಅವೆಲ್ಲ ಅವನ ಮನಸ್ಸಿನಲ್ಲಿ ಸ್ಫಟಿಕದಷ್ಟು ಶುಭ್ರವಾಗಿ ಹರಿಯುತ್ತ ಅವನನ್ನು ಸಮಾಧಾನದಲ್ಲಿರಿಸಿವೆ. ಹಲವು ಆಪ್ತರ ಅಕಾಲಿಕ ದೇಹಾಂತವನ್ನು ಭರಿಸುವ ಶಕ್ತಿ ಕೊಟ್ಟಿವೆ. ಅಂಥ ಮನಸಷ್ಟೇ ಕಾಣಬಹುದಾದ ನೋಟಗಳು ಇಲ್ಲಿನ ಅರ್ಧಕ್ಕಿಂತ ಹೆಚ್ಚು ಕವಿತೆಗಳಲ್ಲಿ ಊರ್ಜಿತಗೊಂಡಿವೆ.

**ಎದುರಿಗಿದ್ದ ಚಿತ್ರವೊಂದು**
**ನೋಡ ನೋಡುತ್ತಿದ್ದಂತೆ**
**ಪೂರ್ಣಗೊಂಡಿದೆ... (ಅವ್ಯಕ್ತ)**

ಇದಕ್ಕಿಂತ ಚೆನ್ನಾಗಿ ಇದನ್ನು ಹೇಳಲೇ ಆಗದು ಎನ್ನುವಂಥ ಉಜ್ವಲ ಸಾಲು ಇದು, ಇದು ಚಿತ್ರಗಾರನ ನೋಟವೂ ಹೌದು ಅಥವಾ ಕಲಾ ರಸಿಕನ ನೋಟವೂ ಹೌದು. ಓದುಗನ ಕಣ್ಣು ಬಿದ್ದಾಗಲೇ ಜೀವ ತಳೆವ ಕವಿತೆಯಂತೆ! ಅದು ಪೂರ್ಣವಾಗುವುದು ನೋಡುವವನ ಪಾಲಿಗೆ ಅಷ್ಟೇ. ಯಾರೂ ನೋಡದಿದ್ದರೆ ಅದಕ್ಕೇನೂ ನಷ್ಟವಿಲ್ಲ. ಯಾರೂ ಕಾಲಿಡದ ಕಾನನದ ನಿಗೂಢ ನೋಟಗಳಂತೆ, ಕಪಾಟಿನಲ್ಲಿರುವ ಓದದ ಪುಸ್ತಕಗಳಂತೆ. ಸಾಲಿನ ಧ್ವನಿಯೇ ಅನಂತವಾದದ್ದು. ಗುಲಗಂಜಿ ಬಣ್ಣದ ಗಂಜಿಯನ್ನು ಬೇಯಿಸುವ ಒಲೆಯ ಬೆಂಕಿಯೇ, ಗುಮಟೆಯನ್ನು ಪಾಂಗಿಗೆ ಹದಗೊಳಿಸುವಂತೆ, ಫಾಲ್ಗುಣನ ನೋಟದ ವ್ಯಾಪ್ತಿ ದೊಡ್ಡದಿದೆ. ಅವನದೇ ಸ್ವಯಾರ್ಜಿತ ಒಕ್ಕಣೆ ಇದೆ. ಯಾರ ಮುಲಾಜಿಲ್ಲದೇ ಯಾವ ಹಂಗಿಲ್ಲದೇ

ಕೇವಲ ಜೀವಲೋಕದ ಇಷಾರೆಗೆ ಹುರಿಗೊಂಡು ಬರೆದ ಈ ಕವನ ಸಂಗ್ರಹ ಹೆಚ್ಚು ಹೆಚ್ಚು ಕಾವ್ಯಾರ್ಥಿಗಳನ್ನು ತಲುಪಲಿ ಎನ್ನುವುದೇ ನನ್ನ ಅಭಿಮಾನದ ಹಾರೈಕೆ. ಫಾಲ್ಗುಣ ರಾಶಿ ರಾಶಿ ಕವಿತೆಗಳ 'ಇಮಾನ ಹಾರಿಸಲಿ' ಮತ್ತು ಅವನೇ ಹೇಳುವಂತೆ;

**ಮುರಿದ ಮನೆಗಳ ಜಂತಿಯಲ್ಲಿ**
**ಪಾರಿವಾಳ ಕೂರಲಿ...**

**–ಜಯಂತ ಕಾಯ್ಕಿಣಿ**
22–07–2023

# ಅರಿಕೆ

ಹಾಲಕ್ಕಿ ಕೊಪ್ಪದ ಗುಮಟೆಯ ನಾದ ಹದಗೊಳಿಸಲು ಹಾಕಿದ 'ಹೊಡತಲೆ'ಯಷ್ಟೇ ಬೆಚ್ಚಗಿನ ಅನುಭವ ನೀಡಿದ ಗುಮಟೆಯ ಮಟ್ಟು, ಹೊಸ ಭತ್ತದ ಕದರಿನ ಉಪಾರ, ಗುಮಟೆಯ ಹಾಡಿನ ಅಂತರಂಗವನ್ನು ಬಿಚ್ಚಿಟ್ಟ ಅಪ್ಪನ ಕೈತುಂಬಾ ಕಾಣುವ 'ಶೆರೆ'ಗಳನ್ನು ಮುಟ್ಟಿನೋಡಿ ಪರ್ಸ್ನೆ ಕೇಳುತ್ತ ಕುಳ್ಳುವ ಕುತೂಹಲ. ಸುಗ್ಗಿ ಮಕ್ಕಳು ದುಂಬೊಯ್ಯುವ, ಧೂಳೇ ಕಪ್ಪು ಮೋಡವಾಗಿ ಮಳೆಗೆ ಹಂಬಲಿಸುವ, ತಾರ್ಲೆ, ಪುಗಡಿ ಹಾಡುಗಳ ಸೊಗಡಿನ ನೆನಪು. ಕೇರಿಯ ಓಣಜಿಗಳಲ್ಲಿ ನಿಂತ ದಣಪೆಯಲ್ಲಿ ಸುತ್ತಲ ಸುದ್ದಿಗಳ ಬಿತ್ತರಿಸುವ ಸಂಜೆಗಳು, ಅಮ್ಮನಿಲ್ಲದ ನನಗೆ ತಾಯಿಯೂ ಆಗಿ ತೊಡೆಯ ಮೇಲೆ ಮಲಗಿಸಿ ದಿನಕರ ದೇಸಾಯಿ ರೈತರ ಹಾಡುಗಳ ಹಾಡುತ್ತ ನಿದ್ದೆಗೆ ಜಾರಿದ ಅಪ್ಪ ತಾನು ಅದೃಶ್ಯ ಲೋಕಕ್ಕೆ ವಿಹಾರ ಹೊರಡುವ ಘಳಿಗೆ, ಹಬ್ಬ ಹಬ್ಬಗಳಿಗೂ ಅಂಗಳದಲ್ಲಿ ಹಾಕಿದ ಶೇಡಿ ಮಣ್ಣಿನ 'ಹಲಿ'ಯಲ್ಲಿ ಮೂಡಿದ ಕುತ್ತರಿ, ತುರಾಯಿಯ ಹೊಳೆ ಹೊಳೆವ ಬೆಗಡೆ, ವೆಂಕಟರಮಣನ ಗೋಪುರದ ಹಂದರ, ಹೊಸ್ತಿನ ಹಗಲಿನ ಹೊಸ ಭತ್ತದ ಸಂಭ್ರಮಗಳೇ ನನ್ನಲ್ಲಿ ಉದ್ದೀಪಿಸಿದ ಸಾಲುಗಳಾಗಿ, ಮಳೆಯ ಕರೆತರಲು ಮರಗಳಿಗೆ ಮುತ್ತಿಗೆ ಹಾಕಿದ ಬಿಂಜೆಮುಳ್ಳಿನ ಸಾಲುಗಳಂತೆ, ಪ್ರತಿಸಂಜೆಗೆ ಮಳೆ ಕರೆತರಲು ಹೊರಟ ಸಾಲು ಬೆಳ್ಳಕ್ಕಿಗಳನ್ನು ನೋಡುವ ಕಾತರವೇ ಕಾವ್ಯದ ಸೆಲೆಗಳಾಗಿ ಅದನ್ನು ಸಾಕಾರಗೊಳಿಸಲು 'ಬಿಂಜೆಮುಳ್ಳು' ಸಂಕಲನವಾಗಿ ಬಂದಿದೆ.

ಇಲ್ಲಿನ ಎಲ್ಲ ಕವಿತೆಗಳನ್ನು ಪ್ರಕಟ ಮಾಡಿದ ಪ್ರಜಾವಾಣಿ, ತರಂಗ, ತುಷಾರ, ಮಯೂರ, ಹಂಗಾಮ, ಸಂಗಾತಿ ಮುಂತಾದ ಪತ್ರಿಕೆಗಳ ಋಣ ನನ್ನ ಮೇಲಿದೆ. ನನ್ನ ಕವಿತೆಗಳನ್ನು ಮೆಚ್ಚಿ 'ಟೈಮ್ ವೇಸ್ಟ್ ಮಾಡಬೇಡ ಓದು, ಬರಿ' ಎಂದು ಮೃದುವಾಗಿ ಗದರಿಸಿ ಬರೆಸಿದ ಮತ್ತು ಈಗ ಮುನ್ನುಡಿಯನ್ನು ಬರೆದು ಪ್ರೋತ್ಸಾಹಿಸಿದ ಕಾವ್ಯ ಗುರು ಜಯಂತ ಕಾಯ್ಕಿಣಿಯವರಿಗೆ ವಂದಿಸುವೆ. ಈ ಸಂಕಲನ ತರುವ ಹೊಣೆ ಹೊತ್ತು ತುಂಬಾ ಮುತುವರ್ಜಿ ವಹಿಸಿ ಪ್ರಕಟಿಸಿದ

'ವೀರಲೋಕ' ಪ್ರಕಾಶನದ ವೀರಕಪುತ್ರ ಶ್ರೀನಿವಾಸ ಅವರಿಗೆ ಮತ್ತು ಅವರ ಬಳಗಕ್ಕೆ ವಂದಿಸುತ್ತೇನೆ. ಸಂಕಲನಕ್ಕೆ ಅಂದವಾದ ಮುಖಪುಟ ಚಿತ್ರ ಬರೆದು ಸಂಕಲನಕ್ಕೆ ವಿಶೇಷ ಮೆರಗು ನೀಡಿದ ಕಲಾವಿದ ಮಿತ್ರರಾದ ಮದನ ಸಿ.ಪಿ. ಅವರಿಗೆ, ಸುಂದರ ಲೇಔಟ್ ಮಾಡಿಕೊಟ್ಟ ವಿಜಯ ವಿಕ್ರಮ್ ಸರ್ ಅವರಿಗೆ ಧನ್ಯವಾದಗಳನ್ನು ಅರ್ಪಿಸುವೆ. ಈ ಎಲ್ಲ ಕವಿತೆಗಳ ಅಕ್ಷರ ಜೋಡಣೆ ಮಾಡಿದ 'ಶ್ರೀದೇವಿ ಗ್ರಾಫಿಕ್ಸ್' ಮಂಗಲದಾಸ ಗೌಡ ಅವರಿಗೆ ಧನ್ಯವಾದಗಳು.

**-ಫಾಲ್ಗುಣ ಗೌಡ ಅಚವೆ**

# ಪ್ರಕಾಶಕರ ನುಡಿ

ವೀರಲೋಕ ಎರಡನೇ ವರ್ಷದ ಸಂಭ್ರಮಕ್ಕೆ ಸಾಕ್ಷಿಯಾಗುತ್ತಿದೆ. ಸಂಭ್ರಮದ ಜೊತೆ ಜೊತೆಗೆ ಜವಾಬ್ದಾರಿಗಳೂ ಬೆನ್ನೇರಿವೆ. ಮೊದ ಮೊದಲು ಅಕ್ಷರ ಲೋಕಕ್ಕೆ ನಮ್ಮ ಬಗ್ಗೆ ಕುತೂಹಲವಿತ್ತು. ನಾವು ಏನು ಮಾಡಬಲ್ಲೆವು, ಏನೆಲ್ಲ ಮಾಡಲಾರೆವು ಎಂಬ ಅಂದಾಜಿತ್ತು. ಈಗ ನಾವು ಮಿತಿಗಳನ್ನು ದಾಟಿಕೊಳ್ಳಬೇಕಿದೆ. ಮತ್ತೆ ಮತ್ತೆ ಅಚ್ಚರಿಯೊಂದಿಗೆ ಓದುಗರ ಎದುರು ನಿಲ್ಲಬೇಕಿದೆ. ಅದು ನಮ್ಮ ಮುಂದಿರುವ ಸದ್ಯದ ಸವಾಲು.

ಕನ್ನಡದಲ್ಲಿ ಅಕ್ಷರ ಕೃಷಿ ಹುಲುಸಾಗಿದೆ. ಕೃತಿಗಳ ಸಂಖ್ಯೆ ಅಚ್ಚರಿಯನ್ನುವಷ್ಟು ವೃದ್ಧಿಯಾಗಿದೆ. ಆದರೆ, ಓದುಗರ ಸಂಖ್ಯೆ ಗಮನಿಸಿದಾಗ ಖೇದವಾಗುತ್ತದೆ. ಕೃತಿಗಳು ಹೆಚ್ಚಾದಂತೆ ಓದುಗ ದೊರೆಯ ಮನಸ್ಸೂ ವಿಶಾಲವಾಗಬೇಕಿತ್ತು. ಆದರೆ, ಓದುಗರಿಗೆ ಆಯ್ಕೆಗಳು ಹಲವು. ಪುಸ್ತಕವನ್ನೇ ಕಾದು ಕೂತು ಓದುವ ಕಾಲ ಕ್ಷೀಣಿಸುತ್ತಿದೆ. ಈ ಆತಂಕವನ್ನು ಲೇಖಕ ಮತ್ತು ಪ್ರಕಾಶಕ ಒಟ್ಟಾರೆ ಕೂತು ಬಗೆಹರಿಸಿಕೊಳ್ಳಬೇಕಿದೆ.

ನನ್ನ ಈ ಗ್ರಹಿಕೆ ತಪ್ಪೂ ಇರಬಹುದು. ಆದರೂ, ಈ ಮಾತನ್ನು ಹೇಳಲೇಬೇಕಿದೆ. ಬಹುತೇಕ ಲೇಖಕರು ಕೃತಿಗಳ ಸಂಖ್ಯೆಯ ಕಡೆ ಗಮನ ಹರಿಸುತ್ತಿದ್ದಾರೆ ವಿನಃ, ತಮ್ಮ ಹಿಂದಿನ ಕೃತಿಗೂ, ಹೊಸ ಕೃತಿಗೂ ನಡುವಿನ ಓದುಗರ ಸಂಖ್ಯಾ ವ್ಯತ್ಯಾಸವನ್ನು ಗಮನಿಸುತ್ತಿಲ್ಲ. ವರ್ಷಕ್ಕೋ, ಎರಡು ವರ್ಷಕ್ಕೋ ಒಂದೊಂದು ಕೃತಿಯನ್ನು ತರುವ ಲೇಖಕರನ್ನು ನಾವು ಕಂಡಿದ್ದೇವೆ. ಅವರ ಕೃತಿಗಾಗಿ ಲಕ್ಷಾಂತರ ಓದುಗರು ಕಾದುಕೊಂಡಿರುತ್ತಿದ್ದರು. ಪುಸ್ತಕ ಬಿಡುಗಡೆ ಮುನ್ನವೇ ಸಾವಿರಾರು ಪ್ರತಿಗಳು ಮುಂಗಡ ಕಾಯ್ದಿರಿಸುವಿಕೆ ಇರುತ್ತಿತ್ತು. ಇದೀಗ ಅದು ಬದಲಾಗಿದೆ.

ಒಂದೇ ಸಲಕ್ಕೆ ಒಬ್ಬರೇ ಲೇಖಕರ ಒಂದಕ್ಕಿಂತ ಹೆಚ್ಚು ಪುಸ್ತಕಗಳು ಏಕಕಾಲಕ್ಕೆ ಬಿಡುಗಡೆ ಆಗುತ್ತಿರುವುದನ್ನು ಕಾಣುತ್ತಿದ್ದೇವೆ. ಅದು ಲೇಖಕನ ಶಕ್ತಿಯೂ ಆಗಿರಬಹುದು. ಆದರೆ, ಓದುಗರು ಅಷ್ಟೇ ವೇಗದಲ್ಲಿ ಪುಸ್ತಕವನ್ನು

ಕೊಳ್ಳುವ ಮತ್ತು ಓದುವ ಆಸಕ್ತಿಯನ್ನು ಹೊಂದಿರಲಾರರು. ಅಂತಹ ಓದುಗರು ಇದ್ದರೂ ಅದು ಬೆರಳಣಿಕೆಯಷ್ಟು ಮಾತ್ರ ಇರಬಹುದು. ಈ ರೀತಿ ಪುಸ್ತಕಗಳು ದಂಡಿ ದಂಡಿಯಾಗಿ ಬಂದಾಗ ಓದುಗರು ಕೂಡ ಏಕಕಾಲಕ್ಕೆ ಆಸಕ್ತಿಯನ್ನೇ ಕಳೆದುಕೊಂಡು ಬಿಡುವ ಅಪಾಯ ಹೆಚ್ಚು. 'ಅವರು ಪುಸ್ತಕ ಬರೀತಾನೇ ಇರ್ತಾರೆ. ತಗೊಂಡ್ರಾಯ್ತು ಬಿಡು' ಎಂದು ಆಡಿದ ಮಾತನ್ನು ನಾನೇ ಅನೇಕರಿಂದ ಕೇಳಿದ್ದೇನೆ. ಈ ಅಪಾಯವನ್ನೂ ನಾವು ದಾಟಿಕೊಳ್ಳಬೇಕಿದೆ. ಓದುಗರನ್ನು ಉಳಿಸಿಕೊಳ್ಳುವ ಜರೂರತ್ತು ನಮ್ಮೆಂದಿದೆ.

ಓದುಗರನ್ನು ಉಳಿಸಿಕೊಂಡು, ಬೆಳೆಸುವುದಕ್ಕಾಗಿಯೇ ವೀರಲೋಕವು ತನ್ನ ಎರಡನೇ ವರ್ಷದಲ್ಲಿ ಕೆಲವು ಯೋಜನೆಗಳನ್ನು ಹಮ್ಮಿಕೊಂಡಿದೆ. ಸಾಂಪ್ರದಾಯಿಕ ಶೈಲಿಯ ಪುಸ್ತಕ ಬಿಡುಗಡೆ ಕಾರ್ಯಕ್ರಮಗಳನ್ನು ನವೆಂಬರ್ ನಂತರ ನಿಲ್ಲಿಸುತ್ತಿದ್ದೇವೆ. ಆ ಕೆಲಸವನ್ನು ಶಾಲಾ, ಕಾಲೇಜುಗಳಲ್ಲಿ, ಬೃಹತ್ ಕಾರ್ಪೋರೇಟ್ ಸಂಸ್ಥೆಗಳಲ್ಲಿ ಹಮ್ಮಿಕೊಳ್ಳಲು ಯೋಚಿಸುತ್ತಿದ್ದೇವೆ. ಹೂಗುಚ್ಛದ ಬದಲು 'ಪುಸ್ತಕಗುಚ್ಛ' ನೀಡುವ ಕುರಿತಾಗಿ ಒಂದೂವರೆ ವರ್ಷದಿಂದ ನಡೆಸಿದ ಅಧ್ಯಯನ, ಪ್ರಯತ್ನ ಮತ್ತು ಶ್ರಮ ಈಗ ಫಲ ಕೊಟ್ಟಿದೆ. ಪುಸ್ತಕಗುಚ್ಛದ ಪೇಟೆಂಟಿಗೂ ಅಪ್ಲೈ ಮಾಡಿದ್ದೇವೆ. ಕನ್ನಡ ಪುಸ್ತಕಲೋಕದಲ್ಲಿ ಅದೊಂದು ಮಹತ್ತರ ಹೆಜ್ಜೆಯಾಗಲಿದೆ. ಜೊತೆಗೆ ಮುಂದಿನ ವರ್ಷದಿಂದ ಕನ್ನಡದ ಮಹತ್ತರ ಪುಸ್ತಕಗಳನ್ನು ಇಂಗ್ಲಿಷಿಗೆ ಅನುವಾದಿಸುವ, ಇ–ಬುಕ್‌ಗಳನ್ನಾಗಿಸುವ, ಆಡಿಯೋ ಬುಕ್‌ಗಳನ್ನಾಗಿಸುವ ಪ್ರಯತ್ನ ಸದ್ದಿಲ್ಲದೆ ಜಾರಿಯಲ್ಲಿದೆ. ಈ ಎಲ್ಲಕ್ಕಿಂತ ಮುಖ್ಯವಾಗಿ ವೀರಲೋಕ ವೆಬ್‌ಸೈಟ್‌ನಲ್ಲಿ ಲಕ್ಷಕ್ಕೂ ಹೆಚ್ಚು ಕನ್ನಡದ ಪುಸ್ತಕಗಳು ಒಂದೇ ಕಡೆ ಲಭ್ಯವಿರುವಂತೆ ಮಾಡುವ ಪ್ರಯತ್ನ ಕಳೆದ ಆರು ತಿಂಗಳಿದ ಅತ್ಯಂತ ತ್ವರಿತಗತಿಯಲ್ಲಿ ಈಡೇರುತ್ತಿದೆ. ಇದಿಷ್ಟು ವೀರಲೋಕ ಅಪ್‌ಡೇಟ್ಸ್.

ಈ ಸಂಗತಿಗಳ ನಡುವೆಯೇ ಫಾಲ್ಗುಣ ಗೌಡ ಅವರ 'ಬಿಂಜೆಮುಳ್ಳು' ಕವನ ಸಂಕಲನವನ್ನು ನಾವು ಓದುಗರ ಕೈಗಿಡಲು ಹರ್ಷಿಸುತ್ತೇವೆ. ಫಾಲ್ಗುಣ ಗೌಡ ಅವರು ಈ ಹಿಂದೆ ಪ್ರಜಾವಾಣಿ ಮತ್ತು ವೀರಲೋಕ ಸಹಯೋಗದಲ್ಲಿ ಆಯೋಜಿಸಿದ್ದ 'ಕಾವ್ಯ ಸಂಕ್ರಾಂತಿ'ಯಲ್ಲಿ ಬಹುಮಾನ ವಿಜೇತರಾಗಿದ್ದರು. ಆದರೆ ಅವರು ನಮ್ಮ ಕವನ ಸಂಕಲನ ಪ್ರಕಟಿಸಿ ಎಂದು ನಮ್ಮನ್ನು ಕೇಳಿರಲಿಲ್ಲ. ಇತ್ತೀಚೆಗೆ ನಾಡಿನ ಖ್ಯಾತ ಕವಿ 'ಜಯಂತ್ ಕಾಯ್ಕಿಣಿ' ಅವರ ಜೊತೆ ಮಾತನಾಡುತ್ತಿರವಾಗ ಅವರು ಫಾಲ್ಗುಣ ಗೌಡ ಅವರ ಕಾವ್ಯಶಕ್ತಿಯ ಬಗ್ಗೆ ನಾಲ್ಕೈದು ನಿಮಿಷ ಮಾತನಾಡಿದರು. ಫಾಲ್ಗುಣ ಗೌಡ ಅವರ ಕವನ ಸಂಕಲನ ಪ್ರಕಟಗೊಳ್ಳಬೇಕಾದ ಅಗತ್ಯತೆಯನ್ನು ತಿಳಿಸಿದರು. ಆ ಕಾರಣದಿಂದಲೇ ಅವರ ಈ ಕವನ ಸಂಕಲನವನ್ನು ನಮ್ಮ ಆಯ್ಕೆ

ಸಮಿತಿಗೆ ಕಳುಹಿಸಿದ್ದೆ. ಓದಿದ ತಕ್ಷಣ ಮನಸನ್ನು ಉದ್ದೀಪಿಸುವ, ನಮ್ಮ ಖಾಸಗಿ ಮನೋಲೋಕದಿಂದ ಬಿಡುಗಡೆಗೊಳಿಸುವ, ತಣ್ಣಗೆ ಓದಿಸಿಕೊಳ್ಳುವ, ಓದಿಸಿಕೊಂಡಂತೆ ಆವರಿಸಿಕೊಳ್ಳುವ ಶಕ್ತಿ ಅವರ ಕವನಗಳಿವೆ. ಕವನಗಳನ್ನು ಯಾರು ಓದ್ತಾರೆ ಎಂಬ ಹಗುರ ಮಾತುಗಳ ನಡುವೆ, ಕವನಗಳಿಗೆ ಕಾಲವಲ್ಲ ಎಂಬ ಲೆಕ್ಕಾಚಾರದ ನಡುವೆಯೂ ನಾವು ಈ ಕವನ ಸಂಕಲನವನ್ನು ಪ್ರಕಟಿಸುತ್ತಿರುವುದಕ್ಕೆ ಕಾರಣ ಪದ್ಯಪರಂಪರೆ ಬಗ್ಗೆ ನಮಗಿರುವ ಗೌರವ. ನಿಸ್ಸಂದೇಹವಾಗಿ ಈ 'ಬಿಂಜೆಮುಳ್ಳು' ಕನ್ನಡ ಕಾವ್ಯಲೋಕಕ್ಕೆ ಒಂದು ಸಶಕ್ತ ಸೇರ್ಪಡೆ.

ಈ ಕೃತಿ ಹೊರಬರಲು ಸಾಕಷ್ಟು ಜನಗಳ ಶ್ರಮವಿದೆ. ಮುಖಪುಟ ಕಲಾವಿದರು, ಒಳಪುಟ ವಿನ್ಯಾಸಕರು, ನಮ್ಮ ಮುದ್ರಕರಾದ ರೀಗಲ್ ವೆಂಕಟೇಶ್ ಅವರು ಮತ್ತು ನನ್ನ ಸಹೋದ್ಯೋಗಿಗಳಾದ ಆನಂದ್ ರಾಜ್, ಅನಂತ ಕುಣಿಗಲ್, ರಾಜುವಿಷ್ಣು, ವಿಶ್ವಜಿತ್ ಹೆಗಡೆ, ವಿಷ್ಣು ಗೋವಿಂದ್, ಮಮತಾ, ಪಾರ್ವತಿ, ರಾಘವ್ ಎಲ್ಲರಿಗೂ ಧನ್ಯವಾದಗಳು.

ಓದಿನ ನಶೆ ನಿಮಗೇರಲಿ...

ನಿಮ್ಮ

**–ವೀರಕಪುತ್ರ ಶ್ರೀನಿವಾಸ**

# ಪರಿವಿಡಿ

# ಅವ್ಯಕ್ತ

ಎದುರಿಗಿದ್ದ ಚಿತ್ರವೊಂದು
ನೋಡ ನೋಡುತ್ತಿದ್ದಂತೆ
ಪೂರ್ಣಗೊಂಡಿದೆ

ಹರಿವ ನೀರಿನಂತ
ಇನ್ನೇನನ್ನೋ ಕೆರಳಿಸುವ
ಕೌತುಕದ ರೂಪ
ಮೂಡಿದಂತೆ ಮೂಡಿ ಮರೆಯಾದಂತೆ
ಆಡಿದಂತೆ ಆಡಿ ಓಡಿ ಹೋದಂತೆ
ಮೈ ಕುಲುಕಿ ಮನಸೆಳೆವ ಹೆಣ್ಣಿನಂತೆ
ಕತ್ತಲಾದರೂ ಅರಳಿಯೇ ಇರುವ
ಅಬ್ಬಲಿ ಹೂವಂತೆ
ಅದರ ಶೋಕಿ ಆಕರ್ಷಣೆ
ಒಳ ಮಿನುಗು

ಅಚ್ಚರಿಯೆಂದರೆ
ಅದರ ಹಿಂದೊಂದು
ಅದರದೇ ರೂಪ
ಸದ್ದಿಲ್ಲದೇ ಅಚ್ಚಾದಂತೆ
ಮಾಡಿದೆ
ಪರಕಾಯ ಪ್ರವೇಶ

# ಬಡಗೇರಿ

ಸಣ್ಣ ಮನೆಗಳ ನಡುವೆ
ತೆಂಗು ಗರಿಗಳ ತುರಾಯಿ
ಹಾಡುಗಳೇ ಹಾದಿ ತೋರುವ ಲಾಟೀನು ಬೆಳಕು
ಯುಗಾದಿ ಹಗಣದ ರೂಪಕಗಳ ಜಾಗರವ
ಬೇಟೆ ಬೀರನು ನಿಂತು ನೋಡುವನು ಮಜವ

ಹೊರಟ ರಸ್ತೆಯ ಅಂಚು ಅಂಗಡಿ ಸಾಲು
ಸವರುತಿದೆ ಪೆಂಡೆ ಹೂ ಹೀಚುಗಳ
ಶೇಂಗಾ ಗಿಡಗಳ ಕಂಪು ಪ್ರತಿ ಮನೆಯ ಕೊಟ್ಟಿಗೆಯಲಿ
ನೋವ ನೇವರಿಸುವ ಪಾಂಗಿನ ಸದ್ದುಗಳು
ಹೊಗೆ ಉಗುಳುವ ಹೊಡತಲೆಗೆ ನಿದ್ದೆ ಜೋಂಪು

ತಾರ್ಲೆ ಕುಣಿತಕೆ ಹೆಜ್ಜೆ ಹಾಕುವ ಎತ್ತುಗಳು
ಹಾಡನ್ನೇ ಉಸುರುತಿವೆ ಹೀರೆ ಹೂಗಳು
ಬಿದ್ದ ಹೂಗಳ ಹೆಕ್ಕಿ ನಿಕ್ಕಿಯಾದವು ನಂಟು
ಹಾದಿ ತೋರುವ ಜಾಡು ಬಿಂಜೆಮುಳ್ಳು

ಹಣ್ಣು ಕಲ್ಲಂಗಡಿಗೂ ಅದರದೇ ಗೆಂಪು
ಸೌದೆ ಹೊರೆ ಭಾರಕ್ಕೆ ಮೈಲು ದೂರದ ಬಾಂದು
ಜೋಡೆತ್ತು ಗೊರಸಿನಲಿ ಮಣ್ಣಗಂಧ

ಸುಗ್ಗಿ ಹಿಗ್ಗಿನ ಸುಖ ಮೊಗ್ಗು ಸಗ್ಗದ ದಂಡೆ
ಕರಿಅಕ್ಕಿ ಘಮ ಘಮಿಸೋ ಸಾಲು ಹೂಗೊಂಡೆ
ಮನೆಮನೆ ಬೇಡುವ ಬಡತನದ ಭೂತಗಳು ಕರಡಿ ವೇಷದಲಿ
ಸುಗ್ಗಿಗೆ ಅಣಿಯಾಗುವ ಒಳ್ಳಿನಂಗಳದ ಜೀವಗಳು
ಬಸಲೆ ಚಪ್ಪರ ನಡುವೆ ಇರುವ ಒಂಟಿ ಬೊಟ್ಟಿ ಹೂವಂತೆ
ತಬ್ಬಲಿಗಳಂತಿಹವು ಬಡತನದ ಜಗಲಿಗಳು

ಮಾವಿನ ಮರಕ್ಕೆ ಚಾಚಿಟ್ಟ ಹೊರೆಗಳು
ಸಂಜೆ ಹೊರಡಬೇಕು ಪೇಟೆಗೆ
ಅವರಿವರ ಪಟ್ಟಾಂಗ ನಡುವೆ ದಣಿವಿಲ್ಲದ ಗುಮಟೆ
ಕರೆದಿಲ್ಲ! ದಣಪೆಗೆ ಬಂತು ಪದ್ಮಪತ್ರ

ಅಲೆಯುವ ಭತ್ತದ ಕದರು ತುರಾಯಿ
ಸುಗ್ಗಿಯ ಹಿರಿಯ ಹೈಲು ಕಟ್ಟಿದರೆ ಬಾನೆತ್ತರ
ಧೂಳೇ ಕರಿಮೋಡ
ಮಡಕೆಯಲಿ ಗಂಜಿ ಬಣ್ಣ ಗುಲಗಂಜಿ
ಕಷ್ಟ ನುಂಗುವ ದಗದಿ ನೋವ ಗೆರೆಗಳ ಸುಕ್ಕು
ದುಡಿದೂ ಹೊಟ್ಟೆ ತುಂಬದ ಒಕ್ಕಲೆದೆ ಹಾಡು

*(ನಿಕ್ಕಿ–ನಿಶ್ಚಯ; ಹೊಡತಲೆ–ಗುಮಟೆ ಕಾಯಿಸಲು ಹಾಕುವ ಬೆಂಕಿ; ಬಿಂಜೆಮುಳ್ಳು–ಮಿಂಚುಹುಳ; ಹೈಲು–ಗುಂಪು; ಬಡತನದ ಭೂತ–ಸುಗ್ಗಿಯ ಸಂದರ್ಭದಲ್ಲಿ ಕರಡಿ ವೇಷ ಹಾಕಿ ಹಣ ಬೇಡುವವರು)*

# ಅಪ್ಪನ ಆತ್ಮ

ಇಲ್ಲೇ ಎಲ್ಲೋ
ಸುಳಿದಾಡಿದಂತೆ ಭಾಸವಾಗುವ
ಅಪ್ಪನ ಅತ್ಮ
ನನ್ನ ತೇವಗೊಂಡ ಕಣ್ಣುಗಳನ್ನು
ನೇವರಿಸುತ್ತದೆ

ಅಪ್ಪನ ಹೆಜ್ಜೆ ಗುರುತುಗಳಿರುವ
ಗದ್ದೆ ಹಾಳಿಯ ಮೇಲೆ
ನಡೆದಾಡಿದರೆ
ಇನ್ನೂ ಆಪ್ತವಾಗಿ
ಸುಪ್ತ ಭಾವನೆಗಳನ್ನು
ಆಹ್ಲಾದಕರಗೊಳಿಸುತ್ತದೆ

ನಾನು ನಡೆದಲ್ಲೆಲ್ಲ
ನೆರಳಿನಂತೆ ಬರುವ ಅದು
ನನಗೆ ಸದಾ ಗೋಚರಿಸಿದಂತೆ ಭಾಸ

ನನ್ನನ್ನೇ ಕುರಿತು ನೇರ
ಬೊಟ್ಟು ಮಾಡಿ ತೋರಿಸಿದಂತೆ
ಏನನ್ನೋ ಹೇಳುತ್ತದೆ
ಅವರಿವರ
ದ್ವೇಷದ ಬೆಂಕಿಯಲ್ಲಿ
ಮಗನ ಮುಖ
ವ್ಯಗ್ರವಾಗಿರುವುದ ಕಂಡು
ಬೇಸರಿಸಿಕೊಂಡಿದೆ
ಆತ್ಮದ ಮ್ಲಾನ ವದನ

ಅನ್ಯರಿಗೆ ಅಗೋಚರವೆನಿಪ
ಅಪ್ಪನ ಅತ್ಮಕ್ಕೂ ನನಗೂ
ಅದೆಂಥದೋ
ಅಲೌಕಿಕ ನಂಟು

ಅವನ ನೆನಪಿನೊಂದಿಗಿನ
ಮುಕ್ತ ತಾದಾತ್ಮ್ಯವೇ
ನನ್ನ ಅಧ್ಯಾತ್ಮ

# ಮಳೆ ಹೊಳವಾಗುವುದಿಲ್ಲ

ಮಳೆ ಹೊಳವಾಗದ ಅಚವೆಯಲ್ಲಿ
ಪ್ರತಿ ಸಂಜೆ ಜೋರು ಜುಮುರು ಹನಿಯಲ್ಲಿ
ಬೆಟ್ಟ ಗುಡ್ಡಗಳಲ್ಲಿ
ಮುಸುಕಿದ ಮಂಜು ಸದಾ
ಹಳೆಯ ಹಾಡೊಂದನ್ನು ಗುನುಗುತ್ತಿರುತ್ತದೆ
ಪಂಚ ಕನ್ಯೆಯರು ಔಲಗದ್ದೆಯಿಂದಿಳಿದು
ತಮಗೆ ತಾವೇ ಖುಷಿಯ ಸಂದರ್ಭವನ್ನು
ನೆನಪಿಸಿಕೊಂಡು ಅಲ್ಲೇ ಇರುವ ಗುಂಡಿಯಲ್ಲಿ
ಪಾರದರ್ಶಕ ಬಟ್ಟೆ ತೊಟ್ಟು ಮೀಯುತ್ತಾರೆ
ಸಂಜೆಯಲ್ಲವೇ ಯಾರೂ ಇಲ್ಲ ಬಿಡೆ ಎನ್ನುತ್ತಾ
ಝುಗಝುಗ ಜಘನಗಳ ಅಲ್ಲೇ ಇರುವ ಮೀನಿನಂತೆ ಹೊಳೆಸಿ
ಉಬ್ಬು ತಗ್ಗುಗಳ ಕತ್ತಿ ಝಳಪಿಸಿ
ಹಕ್ಕಿಗಳ ಎದೆ ನಡುಗಿಸುತ್ತಾರೆ

ಅಲ್ಲೇ ಮೇಲೆ ಬಾಳೆಕಂಟವಿದೆ
ಅದರ ಕಲ್ಲಿನ ಮೇಲೆ ಇದೇ ಹೊತ್ತಿಗೆ
ಅಪ್ಸರೆಯರು ಬಂದು
ಕೂರುತ್ತಾರೆ
ಮೋತಿಗುಡ್ಡದ ಎತ್ತರ ವಿಭೂತಿಯಲ್ಲಿ ಮಿಂದ
ಸರ್ಪಮಲ್ಲಿಕ ಹಂಡೆ ಹುಗಿದ ಚಾವಡಿಯ
ವೈಢೂರ್ಯಗಳ ಕದ್ದು ಆಭರಣ ಹಾಕಿಕೊಂಡ
ಪೋಸ್ಟು ಕೊಡಲು ಹೋದಲ್ಲೆಲ್ಲ
ನಾಟಕದ ಡೈಲಾಗ್ ತಾಲೀಮ್ ಮಾಡುವ
ಆಂಯ್ಕ್ ಬಲೀಂದ್ರ
ಗದ್ದೆಯಲ್ಲಿ ಕೂಳಿ ಹಾಕಿದ ಸಿದ್ದೀರ ಮೊಮ್ಮ
ಹಾಕಿದ ಕೂಳಿ ನೆಕ್ಕಂಡು ಬಂದ ಗಾಳಿ ಬೆಚ್ಚು ಗೌಡ
ಕುಯ್ಡ್ ಬೆಟ್ರೆ ಹಿಡಿದು ಶಿಕಾರಿಗೆ ಹೊರಡುವ ಕುಳ್ ದೇವು ಸಣತಮ್ಮ

ನಿಂತಲ್ಲೇ ಪದ ಕಟ್ಟುವ ನಾರೇಣ
ಹಳ್ಳ ಹಾಯಿಸುವ ಚೊಕಪ್ಪದಾಸ ಎಲ್ಲರನ್ನೂ ನೆನಸುತ್ತಾರೆ
ಮಳೆ ಮಾತ್ರ ನಿಲ್ಲುವುದಿಲ್ಲ
ಇವೇನೇ ಇದ್ದರೂ ಮೋಡಗಳು ಮಾತ್ರ ಸಸಿ
ನೆಡುವ ಹಳೇ ಹೆಂಗಸರ ಹಾಡು ಕೇಳುತ್ತ
ಶೇಂಗಾ ಹೊಳ್ಳಿಸುತ್ತ
ಮೊಬೈಲಿನಲ್ಲಿ ಲ್ಯೂಡೋ ಆಡುತ್ತವೆ

ಗಾಳ ಹಾಕಲು ಹೊರಟ ಗೋಪಾಳ ಸುಕ್ರು
ಇಮಾನ ಸರಿ ಮಾಡುತ್ತಾನೆ
ನೇಗಿಲ ಬಾಂಗು ಕಡಿಯುವ ದೊಳೆಮನೆ ಸೋಮು
ಕೊಳಲು ನುಡಿಸುತ್ತಾನೆ
ಹೆದರುತ್ತಲೇ ಹಂದಿಗೆ ಈಡು ಹೊಡೆದ ಶಂಕ್ರ
ಕೋವಿ ಎಲ್ಲೋ
ಇಂವ ಎಲ್ಲೋ
ಇದರ ಜೊತೆ
ಚೆಳ್ಳೆಗಿಡದ ಮೇಲೆ ರಮ್ಮಿಯಾಡುವ
ಹೊರ್ಸಾನಕ್ಕಿಗಳಿಗೆ ಕತ್ತಲಾದದ್ದೇ
ಗೊತ್ತಾಗುವುದಿಲ್ಲ ಕೂರುತ್ತಿವೆ

ಬೀಳುವ ಜುಮುರು ಮಳೆಯಲ್ಲಿ
ಮೀನುಗಳು ಹಾರುವ ಏಡಿಗಳು ತಿರುಗುವ
ಕತ್ತಲಲ್ಲೂ ಮೀನುಗಳನ್ನು ನೋಡುವ
ನೀರ್ಮುಳಕ ಗುಮ್ಮ ಕೊಕ್ಕರೆಗಳು
ಮಲಗುವುದೇ ಇಲ್ಲ

ಗೊಂಡಿರಾಮ ಹಕ್ಕಿಗಳ ಜೋಡಿಯೊಂದು
ರಾತ್ರಿಯ ಶಯನಗೃಹದ ಕೋಣೆಯೊಂದನ್ನು
ಹುಡುಕುತ್ತಲೇ ಇವೆ ಮಳೆಯಲ್ಲಿ
ಅದ್ದುತ್ತಲೇ ಮಾಬಗಿಯಿಂದ ಬಾಡಿಗೆ ಬೈಕಿನಲ್ಲಿ
ಬಂದ ಮುಳ್ಳು ಹಂದಿಗಳು

ಯಾರದೋ ತೆಂಗಿನ ತೋಟದ ಬೇಲಿ ಮುರಿದಿವೆ
ಹುಲಿಬೆಕ್ಕು ಚಿರತೆಗಳು ಬೇಲಿಯಾಚೆಗೆ ಗಸ್ತು ತಿರುಗುತ್ತಿವೆ

ಇದನೆಲ್ಲಾ ನೋಡುತ್ತ ನಿಂತ ಗೂಬೆಗಳ ಕಣ್ಣು ಮಂಜಾಗಿದೆ
ಕಾಲಿಗೆ ಜೋಮು ಹತ್ತಿದೆ
ಆದರೂ ಮಳೆ ಹೊಳವಾಗಲೆ ಇಲ್ಲ
ರಾತ್ರಿಯ ಹೊಲ್ಟಿಂಗ್ ಬಸ್ಸಿಗೆ ಬಂದ ನೆಂಟರು
ತಮ್ಮ ತಮ್ಮ ಸಂಬಂಧಿಕರ ಮನೆ
ದಾರಿ ಹುಡುಕುತ್ತಿದ್ದಾರೆ

# ನಡೆದಾಡದ ಮರ

ಮನುಷ್ಯನ ಮೈತುಂಬ
ಬಯಕೆಯ ತೊಗಲು
ದೃಷ್ಟಿ ನೇರಾ ನೇರ
ತಾನು ತನ್ನದು ಪಟ್ಟಭದ್ರ
ಕನಸುಗಳ ಗೊಂದಲಪುರ

ನಡೆವ ಅಡಿಗಡಿಗೂ ಸ್ವಾರ್ಥದಡಿಗಲ್ಲಿಡುವ
ಮನುಜನಲಿ ಈಗ ಮನಸಿಲ್ಲ

ಸುಖದ ನರಳಿಕೆಯ ನಲುಗುವುಸಿರಲ್ಲಿ
ತಿಲಮಾತ್ರವೂ ಧ್ಯಾನದರಿವಿಲ್ಲ
ನೀನು ನಡೆದಾಡೋ ಮರವಲ್ಲ

ಮರವೋ ನಿಸ್ವಾರ್ಥದಾಗಸ
ಹಸಿರು ಹೂ ಹೀಚು ಕಾಯಿ
ಹಣ್ಣಲ್ಲೂ ನೆರಳಲ್ಲೂ
ವರ ಕೊಡುವ ಧರ್ಮ
ತಂಪೆರೆವ ಕರ್ಮ
ಎಲ್ಲೋ ಬಿದ್ದ ಮಳೆಯ ಮಣ್ಣ ವಾಸನೆ
ತಂಬೆಲರ ಹಿತ ಸ್ಪರ್ಶಕೆ
ಅಲೆವ ಎಲೆ ಎಲೆಗಳಲಿ
ಸಂತೃಪ್ತ ಬಿಂಬ

ಬಯಲು ಬೆಟ್ಟಗಳಲ್ಲಿ
ಜೀವಂತಿಕೆ ಹಿಡಿದಿಟ್ಟು
ಸದಾ ಉಸಿರೂಡುವ ಮರವೇ
ನೀನು ನಡೆದಾಡದ ಮನುಷ್ಯ

# ಶಿಕಾರಿ

ಚಂದ್ರ ಎಷ್ಟೇ ಕಣ್ಣು ತೆರೆಯಲು
ಪ್ರಯತ್ನಿಸಿದರೂ
ಕಿಕ್ಕಿರಿದ ಮೋಡಗಳು ಮರೆಮಾಡಿ ಪತ್ತಲು ಹೊದಿಸಿ
ಕತ್ತಲು ಮೈಮರೆಯುವ ಗುಮ್ಮ ಗೋಗರೆಯುವ
ದೆವ್ವಗಳು ಮೈನೆರೆವ
ಅಪರಾತ್ರಿಯಂತಹ
ಅಪರಾತ್ರಿಯನ್ನು ನೋಡಿದರೆ
ಶಂಕ್ರ ಕೋವಿ ಹೆಗಲಿಗೆ ಹಾಕಿ
ಶಿಕಾರಿ ಹೋದನೆಂದೆ ತಿಳಿಯಬೇಕು
ಹೋಗುವುದು ದೂರವೇನಲ್ಲ
ಒಂದು ಬರ್ಕ ಹೊಡೆದೂ ಗೊತ್ತಿಲ್ಲ
ಕಳ್ಳರಗದ್ದೆ ಸುಕ್ರು ಮನೆ ಬೇಲಿ ಆಚೆ
ಒಂದು ಹತ್ತು ಮಾರು ಅಷ್ಟೇ
ಹಂದಿ ಮಲಗಿದೆಯೆಂದು
ಥರಗುಟ್ಟಿದವನು ಅದರ ತಲೆಗೆ
ಗುಂಡು ಹೊಡೆದೇ ಬಿಟ್ಟವ
ಅದೆಂಗೆ ಮನೆಗೆ ಬಂದನೋ
ಮಲಗಿದನೊ ಗೊತ್ತಿಲ್ಲ

ಮರುದಿನ ಮಾದೊಡ್ ಈಡಾಗಿದೆಂದು
ನಮ್ಮೂರ ಪೆಕರನಂತ ಪೊರಗೋಳು
ಹುಡುಕಾಡಿ ಏನೂ ಕಾಣದೇ
ತಿರುಗಿ ಬಂದರು
ಮುಚ್ಚಾಕಿ ಮಲಗಿದ ಶಂಕ್ರ
ಒಂಬತ್ತಾಸಾದರೂ ಎದ್ದೇ ಇರಲಿಲ್ಲ
ಭಯ ಒದ್ದುಕೊಂಡು ಬಂದು
ಎದೆ ಗಕ್ಕೆನಿಸುವಂತೆ
ಅಗಾಗ ಅವನ ಜೀವ ಬಾಯಿಗೆ
ಬರುತ್ತಿತ್ತು

ತಲೆ ಸುತ್ತಿದಂತೆ ಆದಂತಾಗಿ
ಸುಮ್ಮನೆ ಅಡ್ಡಾಗುತ್ತಾನೆ
ಅವನ ಚಿಂತೆ ಭಯ ಇನ್ನೇನಲ್ಲ
ತಾನು ಹೊಡೆದದ್ದು ಹಂದಿಯೋ
ಕೋಣಮರಿಯೋ
ಅಥವಾ ಹಂದಿ ರೂಪದ ರಾವೋ
ಅದು ಹಂದಿಗಿರಿಯಾದರೆ
ನನ್ನ ಸಾವಿಗೆ ವಾಯಿದೆ
ಹಾಕುತ್ತದಂತೆ
ಯಾವ ಜಡ್ಡು ಜಾಪತ್ತು
ಬರದೇ ಸಾಯಿಸುತ್ತದಂತೆ
ಬೆಳೆದಿತ್ತು ಮನಸಲ್ಲಿಯೇ
ಅನುಮಾನದ ಹುತ್ತ

ಇದನೆಲ್ಲಾ ನೋಡಿ ಮೂರಸಂಜಿಗೆ
ಯಾರಗೂ ಕಾಣದಂಗೆ
ಮುಕಳೇರ್ ಹಮ್ಮು ಮನೆಯಲ್ಲಿ
ನೊಟ ಹಾಕಿಸಿದರೆ
ಮಣೆ ಕೊಟ್ಟಿನ ಮೇಲೆ
ಅಕ್ಕಿ ಕಾಳು ಹಾಕಿ ಭಾರ ಬಂದಂತಾಗಿ
ಅಂವ ಅದು ರಾವೇ ಎನ್ನಬೇಕೆ
ಅವ ಕೊಟ್ಟ ಅಕ್ಕಿ ಕಾಳು
ಮನೆ ಸುತ್ತಲೂ ಸುಳಿಸಾಯ್ತು
ಅವನ ಭ್ರಾಂತಿಯೇ ಕಡಿಮೆಯಾಗಲಿಲ್ಲ

ಶಂಕ್ರ ಎದ್ದು ಕುಳಿತದ್ದು
ಮರುದಿನ ಬೆಳಿಗ್ಗೆ ನಮ್ಮದೊಂದು
ಕೊಣಮರಿ ಬಂದಿಲ್ಲ ಅಂತ
ಸಣತಮ್ ನಾಯ್ಕ ಹೇಳಿದಾಗಲೇ

*(ರಾವು–ರಾಹು; ಹಂದಿಗಿರಿ–ಪ್ರಾಣಿ ವೇಷ ಹಾಕುವ ಕ್ಷುದ್ರ ಪಿಶಾಚಿ; ನೊಟ–ಹಳ್ಳಿಯ ಭವಿಷ್ಯ)*

# ಮಾಸ್ತರ್ರು

ಗೆರೆ ಗೆರೆಗಳ ಪಾಯಜಾಮ
ಗದ್ದೆ ಹಾಳಿಯ ಮೇಲೆ ನಡೆದು ಬಂದರೆ
ಎದುರುಗೊಳ್ಳುತ್ತದೆ ಬೆತ್ತ ವರಾಂಡಾದಲ್ಲಿ
ಟೇಬಲ್ಲು ಚೊಕ್ ಪೀಸು ಕರಿ ಹಲಗೆ
ಎಲ್ಲವೂ ಒಮ್ಮೆ ಎದ್ದು ನಿಲ್ಲುತ್ತವೆ

ಪ್ರಾರ್ಥನಾ ಬೆಲ್ಲಿಗೆ ಎಚ್ಚರಗೊಂಡ
ಗಾಂಧಿ ಬೋಸ್ ರಾಧಾಕೃಷ್ಣನ್ ಎಲ್ಲ ಮಕ್ಕಳೊಂದಿಗೆ
ಎದೆಗೆ ಕೈಯಿಟ್ಟು ನಿಂತಂತೆ ಮಕ್ಕಳಿಗೆ ಭಾಸವಾಗುತ್ತದೆ

ಮಗ್ಗಿ ಬರೆದ ಪಾಟಿ ಅದ್ದು ಹೋಗಿದೆ ಜೋರುಮಳೆಗೆ
ಮತ್ತೆ ತೋರಿಸಬೇಕು ಬರೆದು
ಇಲ್ಲದಿರೆ ಗದ್ದೆಯಲಿ ಸಗಣಿ ಹೆಕ್ಕಬೇಕು

ಆಗಾಗ ಅಂಗಿಯನು ಉಲ್ಟಾ ಹಾಕಿ ಬಂದರೂ
ನೋಡಿಯೂ ನೋಡದಂತೆ
ಕಿಟಕಿಗಳೂ ಗಪ್ ಚಿಪ್
ಹೆದರಿ ಕೂತ ಮಕ್ಕಳಂತೆ

ಏಕೋಪಾಧ್ಯಾಯ ಶಾಲೆಯ ಮಾಸ್ತರರು
ಇರುವುದೇ ಒಂದು ಖೋಲಿ
ಟೇಬಲ್ಲೆದುರೇ ಪಾಠ ಹೇಳುವರು
ಕರಿ ಹಲಗೆ ಇದ್ದೂ ಇಲ್ಲದಂತೆ
ಸದಾ ಎದುರಿಗಿರುತ್ತದೆ ಸೋರುವ ಹಂಚಿನಂತೆ

ಶನಿವಾರ ಬಂದರೆ ಹಬ್ಬವೋ ಹಬ್ಬ
ಹುಡುಗರು ನಾವೆಲ್ಲಾ ಗದ್ದೆ ಬಯಲಲ್ಲೇ
ಹೋಮ್ ವರ್ಕ ಮಾಡದಿರೆ ಬಾಯ್‌ಪಾತ್ ಹಾಕದಿರೆ

ಗಾಳ ಹಾಕುವ ಶಿಕ್ಷೆ
ಛಡಿ ಚಮ್ ಚಮ್ ವಿದ್ಯಾ ಗಮ್ ಗಮ್

ಒಮ್ಮೆ ಏನಾಯಿತೆಂದರೆ
ಒದೆ ತಿಂದ ಮಕ್ಕಳು ಬಯಲ ದೇವರೆದುರು ನಿಂತು ಕಾಯಿಟ್ಟು
ಹರಕೆ ಮಾಡಿಕೊಂಡರು
ಶನಿವಾರ ಊರಿಗೆ ಹೋದ ಮಾಸ್ತರು
ತಿರುಗಿ ಬರಬಾರದು

# ಹೂವಿನ ಚೌಕ

ನೀವು ಯಾವ ಕಡೆಯಿಂದ ಬಂದರೂ
ತಟ್ಟನೆ ಎದುರಾಗುವ
ಹೂವಿನ ಚೌಕದ
ಆಚೀಚೆಯ ಚಲನವಲನ ಅದರ
ಉಡಿಯಲ್ಲಿ ತುಂಬಿರುವ ಜಾಜಿ
ಅಬ್ಬಲಿ ಮಲ್ಲಿಗೆ ಎದೆಗೊತ್ತಿಕೊಳ್ಳುತ್ತವೆ ಮೆಲ್ಲಗೆ

ಅದರ ತಲೆಯ ಮೇಲೆ
ವಿರಾಜಮಾನವಾದ ಹಿಂದಿ ಚಿತ್ರದ ಪೋಸ್ಟರ್
ಅಲ್ಲಿರುವ ನಟಿಯರ ಅರ್ಧ
ತೆರೆದೆದೆಯೇ ಕಾಣಿಸುತ್ತವೆ
ಅರ್ಧ ತಲೆ ಕ್ರಾಪಿನ ಹುಡುಗರಿಗೆ

ಗತ್ತಿನಿಂದ ಕಾರು ತಿರುಗಿಸುವ
ಶ್ರೀಮಂತ ಪೋಸಿನ ಕಣ್ಣುಗಳು
ರಂಗು ರಂಗಿನ ಸ್ಕೂಟಿಗಳಿಗೂ ಕೂಡ
ಚೌಕ ಕೈ ಬೀಸುತ್ತದೆ

ಒಂದೇ ಸವನೆ ಕಣ್ಣಿಗೆ ರಾಚುವ ಕಿವಿಗೆ ಅಪ್ಪಳಿಸುವ
ಸರ್ಕಲ್ಲುಗಳ ವಿಷಲ್ಲಿಗೆ
ಪಕ್ಕದ ಗೀತಾಂಜಲಿ ಟಾಕೀಸ್
ಕಿವಿಗೊಟ್ಟು ಕೂತಿದೆ

ನೀವು ಹೇಗೆ ನಡೆದರೂ
ನಿಮ್ಮ ನಡಿಗೆಗೊಂದು ಗಾಂಭೀರ್ಯ
ಲೇಪಿಸುವ ಜಡೆಯಿಲ್ಲದ ಹಾರುವ
ಮುಂಗುರುಳಿನ ಮೋಹನಾಂಗಿಯರು
ತುಟಿಗೆ ಹಚ್ಚುತ್ತವೆ ಕೆಂಪು ಪರಿಮಳದ ಗಿಲೀಟು ನಗೆ

ಈಚೆಗೆ ಬಂದರೆ ಮತ್ಸ್ಯ ಗಂಧಿಯರ ತಾಜಾ ಮೀನಿನ ಗಂಧ
ಮುಖಕ್ಕೆ ಮುಖ ಕೊಟ್ಟು ನಿಂತಂತೆ ಭಾಸ

ಅದರಾಚೆಯ ಒಣ ಮೀನಿನ ಗಂಧವೂ
ತಣ್ಣಗೆ ಹಾದುಹೋಗುತ್ತದೆ

ಬಲ ಬದಿಯಲ್ಲಿ ತರಕಾರಿ ಬುಟ್ಟಿಗಳು ಸಂತೆಯ ಜನರ
ಬರ ಕಾಯುತ್ತಿವೆ

ಸಾಲಿನಲ್ಲಿ ನಿಂತ ರಿಕ್ಷಾಗಳ ಮನಸ್ಸಿನಲ್ಲಿ
ಇವತ್ತಿನ ದಿನದ ಊಟ ಆಗುವುದೋ ಎಂಬ ಚಿಂತೆ

ಅಚ್ಚರಿಯೆಂದರೆ
ಕನಕಾಂಬರ ಗೊಂಡೆ ಹೂ ಜಾಜಿ
ಸೇವಂತಿಯರು ಈಗ
ಕಡವಾಡದ ಮಣ್ಣಿನಲ್ಲಿ
ಅಡಗಿಕೊಂಡಿದ್ದಾರೆ

ರಸ್ತೆಯಗಲೀಕರಣದ ರೂಲ್ಸು
ಹೂವಿನ ಚೌಕದ ಚಹರೆಗೆ ಆ್ಯಸಿಡ್ ಎರಚಿದಂತಿದೆ

ಹೂ ಮುಡಿಯ ಬೇಕಾದ ಲಲನೆಯರು ಕ್ಲಿಪ್ಪಿಲ್ಲದ ಕೂದಲ
ಮತ್ತೆ ಮತ್ತೆ ನೇವರಿಸಿ ಕೆಂಪಾಗಿಸಿಕೊಂಡಿದ್ದಾರೆ

ಸರ್ಕಲ್ಲಿನ ಪೋಲೀಸನೂ
ಬದಲಾಗಿದ್ದಾನೆ
ಈಗ ಅಲ್ಲಿ ಹೂವಿನ ಬುಟ್ಟಿಯೇ ಇಲ್ಲ
ಲಾಕ್‌ಡೌನ್ ಭರಾಟೆಯಲ್ಲಿ

# ಸ್ಥಿತಪ್ರಜ್ಞ

ನೀನು ಹೊರಟಿದ್ದಂತು ಖರೆ
ಯಾಕೆ ಹೊರಟೆ ಎಂದು
ನಾನು ಕೇಳಲೇ ಇಲ್ಲ
ಹೊರಟ ಬಸ್ಸಿನ ಹಿಂದೆ
ಓಡಿದ ನೆನಪಿಲ್ಲ
ತುರ್ತಿನಲ್ಲಿರುವವರನ್ನು ತಡೆಯುವುದಿಲ್ಲ ನಾನೆಂದೂ

ದಾರಿಗಳು ನೂರಾರಿವೆ
ಆಗಸದಲ್ಲಿ ಬಿತ್ತರಗೊಂಡ ಮೋಡಗಳು
ಎಂಥದೋ ಗಾಳಿ ಬಂತೆಂದು ಹೊರಟಂತೆ
ನಿಜದ ನಿಲುವಿನ ನಿಲುಗಡೆ
ಇಲ್ಲದಂತೆ ಗೈರು ಹಾಜರಾಗಿವೆ

ದಾರಿ ನನ್ನದಾದರೆ ನನಗೆ ಮಾತ್ರ
ಕಾಣುತ್ತದೆ ಮುಂದಿನ ಪ್ರಭಾವಲಯ
ಇಟ್ಟ ಹೆಜ್ಜೆಗಳ ಬೆರಳುಗಳಿಗೆ
ದೃಷ್ಟಿ ನೇರವಿರುತ್ತದಂತೆ
ಲಂಗರು ಹಾಕಿದ ಹಡಗಿಗೆ
ದಿಕ್ಸೂಚಿಗೆ ಅಂಟಿಕೊಳ್ಳುವ ಗರ್ಜಿಲ್ಲ

ನಿನ್ನ ಹೆಜ್ಜೆಗಳು ಮೂಡುವ ಹಾದಿ
ಖಂಡಿತಾ ನಿನ್ನದೇ
ಅದು ನಿನ್ನ ಜೊತೆಗಿರುತ್ತದೆ ಸದಾ
ಖಾಸಗಿತನದ ನೆರಳಂತೆ

ಹುಡುಕಾಟದ ಇರುವೆಗೆ ನಡೆದದ್ದೇ ದಾರಿ
ನಿಂತದ್ದೇ ಮನೆ
ರಸ್ತೆ ರಸ್ತೆಗಳ ನಡುವೆ ಅಲ್ಲಲ್ಲಿ

ಮುರ್ಕಿ ಸರ್ಕಲ್ಲುಗಳ
ಲಯಬದ್ಧ ನಿಲುಗಡೆ ಇದೆ

ಸದಾ ಆಚೀಚೆ ತಿರುಗಾಡುವವರು
ತಮ್ಮದೇ ದಾರಿಗಳ ಹುಡುಕಾಟದಲ್ಲಿ
ಕಳೆದು ಹೋದಂತಿದೆ
ಯೋಚನೆಯೇ ಮಾಡಲಾಗದಂತ
ತಿರುವುಗಳು ತಟಕ್ಕನೆ ಎದುರಾದರೆ
ಅವರನ್ನು ದೇವರೇ ಕಾಪಾಡಲಿ

ಹಾದಿ ತೋರುವ ಅಂಬೇಡ್ಕರ್
ಪ್ರತಿಮೆ ಹಾಗೇ ನಿಂತಿರಲು
ದಾರಿಯ ತುಂಬ ಸ್ತಬ್ಧ ಮೈಲುಗಲ್ಲುಗಳು
ಬದುಕಿನ ದಾರಿಯ ತುಂಬ
ಬಾಂದು ಕಲ್ಲುಗಳು

*(ಬಾಂದು–ಗಡಿ ಗುರುತಿಸುವ ಕಲ್ಲು)*

# ಹೊಸ್ತಿನ ಹಗಲು

ಬಯಲು ಗದ್ದೆಯ ಹೊಸ ಭತ್ತದ ಕದರು
ರೈತರ ಬೆವರ ಬಸಿಯುವ ಕೊಯ್ಲು
ಕಂಬಳಕಿಂಪಿನ ಪಾಂಗಿನ ಅಮಲು
ಹೊಡತಲೆ ಹಗಣದ ಕವಳದ ಸಾಲು
ಆಚರಿಸುತಿದೆ ಹೊಸ್ತಿನ ಹಗಲು.

ನೇಗಿಲ ಮೊನೆಯಲಿ ಸಸಿಬುಡ ಬೇರು
ಕದರಿನ ನಡುವಲಿ ಗಂಧದ ಹೂವು
ಮಣ್ಣಲಿ ಹುದುಗಿದ ಎರೆಹುಳ ಪಾಡು
ಹರಡಿದ ಗಿಣಿಗಳ ಹಾಡಿನ ಜಾಡು

ಮಣ್ಣಿನ ಬಣ್ಣದ ಮನಸಿನ ತೆವಲು
ಕೆಂದರಕಿ ಹೂವಿನ ಕಮಾನು ಹೊಸಿಲು
ಹೂಡುವ ಎತ್ತಿನ ಅಡಸಲ ಕವಲು
ಹೂನೀರಾಡಿದ ಹೊಸ ಭತ್ತದ ತೆನೆಗಳು

ಒಳಗಿನ ಅಕ್ಕಿಯ ಮಡಕೆಯ ಕೊರಳು
ಅಂಗಳದಲ್ಲಿನ ಒನಕೆಯ ಒರಳು
ತುಂಬಿದ ದನಗಳ ಹಟ್ಟಿಯ ಬಾಗಿಲು
ಮಿರಿ ಮಿರಿ ಮಿಂಚುವ ಮೋಡದ ಮುಗಿಲು

ತೆನೆಗಳ ರಾಶಿಯ ಸುಗ್ಗಿಯ ಗೊಂಡೆ
ಮನೆ ಮನೆ ಹಿಗ್ಗುವ ಹೊಸ್ತಿನ ದಂಡೆ
ಹೊರಟಿದೆ ದೇವರ ಪಾಲ್ಕಿಯ ಹಿಂದೆ
ಹೊಸ ಅಕ್ಕಿಯ ಮಡಕೆಯ ಹೊತ್ತಿಹ ಮಂದೆ
ನಿಕ್ಕಿಯಾಗಿದೆ ಹೊಸ್ತಿನ ಹಗಲು

ಭತ್ತದ ಕುತ್ರಿಯ ಸಾಲಿನ ಕನಸು
ಕಣಜವ ತುಂಬುವ ಸಾವಿರ ನನಸು
ಬಡತನ ಬಾರದ ಅನ್ನದ ಉಣಿಸು
ದೇವರಿಗೊಪ್ಪಿಸೋ ಧನ್ಯತೆ ಸೊಗಸು

ಬೆವರಿನ ನೆತ್ತರ ಚೆಲ್ಲಿದ ದಿನಗಳು
ಹಿಡಿ ಅನ್ನಕೆ ದುಡಿದಿಹ ಗೇಣಿಯ ಕೈಗಳು
ಮೂಲಗೇಣಿಗೆ ಕೋರ್ಟಿನ ಕರೆಗಳು
ಒಡೆದೀರ್ ಮನೆಗಳ ಬಿಟ್ಟಿ ಕೆಲಸದ ಅಗಳು
ಕಳೆದಾಚರಿಸುತಿದೆ ಹೊಸ್ತಿನ ಹಗಲು

ಆಲದ ಬಯಲಲಿ ಸೇರಿದ ಜನಗಳು
ದೇವಿಗೆ ಅರ್ಪಿಸಿದನ್ನದ ಅಗಳು
ಹೃನ್ಮನ ತುಂಬಿದ ಕೈಯನು ಮುಗಿದು
ಸಂತಸ ನಗುವಲಿ ಕದರನು ಹೊತ್ತು

ಉಪಾರ ಹಂಚುವ ಹೈಲಿನ ಹಿರಿಯ
ಎಲ್ಲರೂ ಕೂಡಿಯೇ ಉಂಬರು ಬೆಳೆಯ
ಮುಂದೆಯೂ ಬದುಕನು ಕಾಯಲು ಬೇಡುತ
ಗಡಿದೇವರಿಗೆ ಅರ್ಪಣೆ ಮಾಡುತ

ಸುಗ್ಗಿಯ ಕಾಲದ ಸಂಭ್ರಮ ನೆನಪು
ಕರಿಯಕ್ಕಿಯ ಹಂಚಲು ಕೂಡಿಡೋ ಮನಸು
ಹಬ್ಬದಿ ಬಡವರ ಹಸಿವನು ನೀಗಿಸೋ
ಮುಗ್ಧ ಒಕ್ಕಲ ಒಳ್ಳೆಯ ಕನಸು

ಕರಿದೇವರ ಪೂಜಿಸೋ ಧನ್ಯತೆ ಸೊಂಪು
ಕುಲದೇವರ ನೆನೆಯುವ ಭಕ್ತಿಯನಿಂಪು
ಗ್ರಾಮ ದೇವರಲಿ ಪುಡಿ ಕೇಳುವ ಗುಂಪು
ಜಟಕದ ಕೃಪೆಗೆ ಒಳಗಾಗುವ ಹುರುಪು

ಹತ್ತಿರದಲ್ಲಿದೆ ಹಸುಗಳ ಬಿಚ್ಚುವ ಹಬ್ಬ
ಹುಲಿದೇವನ ನೆನೆದು ಕಾಯುವ ಕಬ್ಬ
ವರುಷಕೆ ಒಂದೇ ಕಚ್ಚೆ ರುಮಾಲು
ದೊರೆತರೆ ಮಾತ್ರ ಅಪ್ಪನ ಪಾಲು

ಹುಲ್ಲಿನ ಮನೆಗಳ ಹೊದಿಕೆಯ ಸಾಲು
ಕಂಬಳ ಮಾಡುವ ಪಾಯಸ ಗಮಲು
ಮನೆ ಮನೆಗೊಬ್ಬನ ಕರೆಯುವ ಕರೆಯು
ದೇವರ ಮೆಚ್ಚಿಸೋ ಒಲವಿನ ಹೊರೆಯು

ಸುಗ್ಗಿಯ ತುರಾಯಿ ಭತ್ತದ ಕದರು
ಒಣಗಿದ ಕೆಯ್ಯಿನ ಹುರುಪಿನ ಕೊಯ್ಲು
ಬಡತನ ಬದುಕಿನ ಕಷ್ಟದ ಬಯಲು
ಕೊಟ್ಟೆ ರೊಟ್ಟಿಯ ಸಂಭ್ರಮ ಸವಿಯು

ಅಂಬಲಿ ಮಡಕೆಯ ಅಮೃತದಸಿವು
ಬೆಣ್ಣೆ ದೊಸೆಯ ಕಡುರುಚಿದುಸಿರು
ಇರುತಿಹ ಒಂದೇ ಮುಂಡ ಅರಬಿಯ ಹಾಡು
ದುಡಿತದ ಮೈಕಪ್ಪಿನ ಅರೆಬರೆ ಪಾಡು
ಮರೆಸುವ ಸಿರಿ ಹೊಸ್ತಿನ ಹಗಲು

*(ಕವಳ–ಎಲೆಅಡಿಕೆ; ಅಡಸಲ–ನೇಗಿಲ ಪರಿಕರ; ಪಾಲ್ಕಿ–ಪಲ್ಲಕ್ಕಿ; ಅಗಳು–ಅನ್ನ; ಕರಿಅಕ್ಕಿ–ಸುಗ್ಗಿಯ ಸಂದರ್ಭದಲ್ಲಿ ಕರಿದೇವರ ಹೆಸರಿನಲ್ಲಿ ಬೇಡಲು ಬಂದವರಿಗೆ ನೀಡುವ ಅಕ್ಕಿ; ಕೆಯ್ಯು–ಭತ್ತದ ಬುಡ; ಮುಂಡ–ಲುಂಗಿ; ಅರಬಿ–ಅರಿವೆ)*

# ಅಭಿವ್ಯಕ್ತಿ

ನಡೆದ ನಡಿಗೆಗೂ ನಡೆಯ ರೂಪವೇ ಅಚ್ಚಾಗಿರುತ್ತದೆ
ಮಾತು ಆಡುವ ಮೊದಲಿನ ಯೋಚನೆ ಮಾತ್ರ ನಮ್ಮದು
ಆಡಿದ ಮೇಲೆ ಬೇರ್ಪಡುವುದು ನಮ್ಮಿಂದ
ಪರರ ಧ್ವನಿಯಾಗುವುದು
ಮಾತು ಕೂಡ ಸೂಚನೆ ಕೊಡುತ್ತದೆ ಮತ್ತೆ ಮತ್ತೆ
ಮೆದುಳಿಗೆ ಮರ್ಕಟದ ಬುದ್ಧಿಗೆ

ಕೊರೆವ ಗೆರೆಗಳು ಕೈಯ ಬೆರಳುಗಳಲ್ಲಿನ
ಏಕಾಗ್ರತೆಗೆ ಜೀವ ಕೊಟ್ಟಿವೆ
ಒಂಟಿಗೆರೆಗಳ ಚಿತ್ರವಾಗುವ ಮುನ್ನ

ಆಳದ ಏಕಾಂತಕ್ಕೆ ಭಂಗ ಬರದಂತೆ
ಅಲೆವ ಅಲೆಗಳು ಒಂದು ತುದಿಯಿಂದ
ಮತ್ತೊಂದು ತುದಿಗೆ ಹೊರಟು
ಅಡೆತಡೆಗಳ ದಾಟಿ ಗುರಿಯ ದಡ
ಸೇರುವುದರಲ್ಲಿಯೇ ಧನ್ಯತೆ

ಪರಿಧಿಯಿಲ್ಲದ ಆಕಾಶ
ಅಸೀಮ ಅನಂತ ಅವತಾರವೂ
ಚುಕ್ಕಿ ಗಡಣಗಳ ಸಜ್ಜಿಕೆಗೆ
ಏಡಿ ತನ್ನ ಮರಿಗಳ ಹೊಟ್ಟೆಯಲಿ ಹಿಡಿದಿಟ್ಟಂತೆ
ಕಾಪಿಟ್ಟ
ಮೋಡಗಳಿಗೆ ಬೆರಗಿ ಬಯಲಾಗಲಿಲ್ಲ
ತನ್ನ ತೆರೆದ ಎದೆಗನ್ನಡಿಯಲ್ಲಿ
ಮುಖ ನೋಡಿಕೊಳ್ಳುವ
ನಿರ್ವಿಕಾರತೆಯ ವಿಶಾಲ ಸಾಧ್ಯತೆ
ಪ್ರತಿದಿನದ ಇರುಳು ಹಗಲು

ನಿರ್ಮಲ ನೀರವದಲ್ಲೂ ಅಲೆವ ಅಲೆಗಳು
ಮೆಲ್ಲ ಬೀಸುವ ಗಾಳಿಯೊಂದಿಗೆ ಪಿಸುಗುಡುತ್ತವೆ
ಹೊಳೆ ಹಳ್ಳಗಳ ಜುಳುಜುಳು ನಿನಾದ
ನಿರ್ಲಿಪ್ತ ಭಾವದಲ್ಲಿ ಚಲಿಸುವ
ನದಿಗಳಿಗೆ ಕೇಳಿಸುವುದು ಆ ಅಲೌಕಿಕ ಸಂಗೀತ
ತಂಪೆರೆವ ಮಳೆಗೆ ಭೂಮಿಯೊಡಲಿನ ಬೀಜಗಳೆದ್ದು
ಚಲಿಸದಂತೆ
ನಿಂತಲ್ಲಿಯೇ ಮೂನ್ ವಾಕ್ ಮಾಡಿದಂತೆ

ಅರಳಿದ ಹೂ ದಳಗಳಲ್ಲಿನ ಸ್ನಿಗ್ಧ
ಬಿಂದು ಹೊಳೆದಂತೆ ಹೆಣ್ಣ ನತ್ತು

ತಿದ್ದಿ ತೀಡಿದ ರಂಗು ಪರಿಮಳವ
ಹೊತ್ತೊಯ್ಯುವ ಗಾಳಿಗೂ ಆಡಿಸುತ್ತದೆ ಮಾತು
ನಿದ್ದೆಯಲ್ಲಿ ನಗುವ ಮಗು ದೇವತೆಗಳ ಜೊತೆ ಸಂಭಾಷಿಸಿದಂತೆ

# ಕಂಬಾರಕಟ್

ತಾಲೂಕು ಶಾಲೆ ಬಿಟ್ಟರೆ ಸಾಕು
ನಾವು ಬಂದು ನಿಲ್ಲುವುದು
ಶಂಕರ ಶೆಟ್ಟಿ ಅಂಗಡಿಗೇ

ಬೆಳಿಗ್ಗೆ ಶಾಲೆಗೆ ತಡವಾದದ್ದು
ಪ್ರಾರ್ಥನೆ ತಪ್ಪಿ ಹೊರಗೆ ನಿಂತದ್ದು
ಗೋಪಿ ಪ್ರಕಾಶನ ಜಬರದಸ್ತ್ ಜಗಳ ನಾಳೆಗೆ ಮುಂದೂಡಿದ್ದು
ಇಂದುಬಾಯಿ ಕಲಿಸಿದ ಇಂಗ್ಲಿಷ್ ತಲೆಗೆ ಹೋಗದ್ದು
ಮನೆಗೆ ತಂದದ್ದೇ ಇಲ್ಲ
ಮೊನ್ನೆ ಸಂಜೆ ಶಾಲಿ ಬಿಟ್ಟ ಮೇಲೆ
ಶಕುಂತಲಾ ಅಕ್ಕೋರು
ಮನೆಗೆ ಕರಕೊಂಡೋಗಿ ಕೊಟ್ಟ
ಟೋಸ್ಟು ಸೀತಾಫಲ ಹಣ್ಣಿನ ನೆನಪಿಗೆ
ಈಗಲೂ ಅದೆಂತದೋ ರುಚಿ

ಆಗಾಗ ಕ್ಲಾಸಿಗೆ ಹೆಡ್ ಮಾಸ್ತರ ಬಂದು
ನನ್ನ ಮಗಳು ಕಾದಂಬರಿ ಬರದೀದ
ಈಗ ಹತ್ತನೇ ಅಧ್ಯಾಯದಲ್ಲೀದ
ಎಂಬ ಮಾತುಗಳು ಕೇಳಿ ಕೇಳಿ ಮರಗಟ್ಟಿವೆ

ಆಗಾಗ ಶಾಲೆಯ ಮೂಲೆಯಲ್ಲಿದ್ದ
ಸಣ್ಣ ಬಾವಿ ಕಟ್ಟೆಗೆ ಬಂದು ಕೂತರೆ
ಒಳ ಮೆಟ್ಟಿಲಿನಲ್ಲಿ ಹುಟ್ಟಿಕೊಂಡ
ಗಿಡಗಳು ನಮ್ಮೊಂದಿಗೆ ಮಾತಾಡುತ್ತವೆ

ಲಕ್ಷ್ಮಿ ಅಕ್ಕೋರ ಇಬ್ಬರು ಹೆಣ್ಣು ಮಕ್ಕಳ
ಒಂದೇ ನಮೂನಿ ಅಂಗಿ
ಕಂಬಾರಕಟ್ಟಿನ ಪೇಪರಿನದೇ ಬಣ್ಣ
ವಾರಕ್ಕೆರಡು ಮೂರು ದಿನ ನೋಡಬೇಕೆಂಬಾಸೆ

ಆವತ್ತು ಅಪ್ಪ ಕೊಟ್ಟು ಹೋದ
ಐದು ರೂಪಾಯಿಯಲ್ಲಿ ಕಂಡದ್ದು ಅದೇ
ಸಂಜೆ ಆಟವಾಡುವಾಗ ಹರಿದ ಕಿಸೆಯಿಂದ ಜಾರಿ
ಶುಕ್ರವಾರದ ಸರಸ್ವತಿ ಪೂಜೆಯ
ಕಡಲೇಕಾಳು ಪಾಲಾಗಿತ್ತು

ಬ್ಯಾಟೀಸ್ ಎನ್ನಲಾಗದೇ ಬೊಟೊಟ್ ಎಂದು
ಗೋಲಿಯಾಡುವ ಜಟ್ಟಿಯ ಹಂಗಿಸಿದರೆ
ಎದುರೇ
ಕಂಬಾರಕಟ್ ತಿಂದು
ಸೇಡು ತೀರಿಸಿಕೊಳ್ಳುತ್ತಿದ್ದ

ಬರೆಯದ ಕಾದಂಬರಿ ಪುಟದಲ್ಲಿ
ಇದರ ಅಧ್ಯಾಯವೇ ಇದೆ
ದಾರಿಯುದ್ದಕೂ ಇದ್ದ ಅಂಗಡಿಗಳು
ಈಗ ಸಿಮೆಂಟು ಸಾರಿಸಿ ಬಣ್ಣ ಬಳಿದುಕೊಂಡಿವೆ.

ಇತ್ತೀಚೆಗೆ ಅದೇ ರಸ್ತೆಯಲ್ಲಿ ಬೈಕಿನಲ್ಲಿ ಹೊರಟರೆ
ಎಂತದೋ ಕಳೆದುಕೊಂಡ ಅನುಭವ
ಶೆಟ್ಟರು ತೀರಿಕೊಂಡಂತೆ ಮಕ್ಕಳು
ಬಾಂಬೆಯಲ್ಲಿ ಸೆಟಲ್ ಆಗಿದ್ದಾರೆಂಬ
ಸುದ್ದಿ ಹೇಳಿ
ಅಣಕಿಸುತ್ತಿದೆ ಅಲ್ಲಿ
ತಲೆಯೆತ್ತಿದ ಅಯ್ಯಂಗಾರ್ ಬೇಕರಿ

# ಆಸ್ಪತ್ರೆಯ ಮೌನ

ಅಲ್ಲಿಂದ ಇಲ್ಲಿವರೆಗೆ
ಹರಡಿಕೊಂಡು ಬಿದ್ದಿರುವ ವರಾಂಡ
ಸಾವಿನ ಹಾದಿ ಕಾಯುವ
ನಿಸ್ತೇಜ ಜೀವದಂತಿದೆ

ಆಗಷ್ಟೇ ಹುಟ್ಟಿದ
ಹಸುಳೆಗಳಿಗೆ ಹಾಲುಣಿಸುವ
ತಾಯಂದಿರು
ಅದೃಶ್ಯ ಲೋಕದಲ್ಲಿ ಲೀನವಾಗಿದ್ದಾರೆ

ಡಾಕ್ಟರರು ಬರೆದು ಕೊಟ್ಟ ಚೀಟಿಯನ್ನು
ವಿನಮ್ರ ಭಾವದಿಂದ
ಹಿಡಿದು ಹೊರಟ
ರೋಗಿಗಳ ಸಂಬಂಧಿಕರು
ಹುಷಾರಾಗುವ ಕನಸು ಕಾಣುತ್ತಿದ್ದಾರೆ

ಅಲ್ಲೇ ಆಚೆಗೆ ಅನಾಥ ಶವಗಳಂತೆ
ವಾರಸುದಾರರಿಲ್ಲದೇ ಬಿದ್ದಿರುವ
ನರಳುವಿಕೆಯನ್ನೇ ಜಾಯಮಾನವಾಗಿಸಿಕೊಂಡ
ರೋಗಿಗಳ ಒಣಗಿದ ಕಣ್ಣುಗಳು
ಬದುಕನ್ನು ಧಿಕ್ಕರಿಸುತ್ತಿವೆ

ಅಲ್ಲಲ್ಲಿ ರೋಗಿಗಳ ಹೊತ್ತ ವೀಲ್ ಚೇರುಗಳು
ಗಸ್ತು ತಿರುಗುತ್ತಿವೆ
ಆಯಾಗಳ ಮುಖದಲ್ಲಿ
ದಿನಾ ಸಾಯೋರಿಗೆ ಅಳೋರು
ಯಾರೆಂಬ ಪೇಲವ ಭಾವವಿದೆ

ಬಾಯಿ ದವಡೆ ಕರುಳು ಹುಣ್ಣುಗಳ
ದಣಿದ ಜೀವಗಳು
ಪರಿತಪಿಸಿವೆ ಆಚೆ ಹೋಗಲು

ಆಪರೇಷನ್ ಥಿಯೇಟರ್‌ನಲ್ಲಿ
ಅಳು ಒಂದೇ ಸವನೆ ಮುಗಿಲು ಮುಟ್ಟಿದೆ
ಡಾಕ್ಟರರು ನಿರ್ಲಿಪ್ತವಾಗಿ
ರೋಗಿ ಸತ್ತ ಸುದ್ದಿ ತಿಳಿಸಿದ್ದಾರೆ
ಪ್ರತಿದಿನ ಸಾವಿನ ಸುದ್ದಿ ಬಿತ್ತರಿಸುವ
ಹಣೆಬರಹ ಅವರದು

ಆಸ್ಪತ್ರೆಯ ಮಲಿನಗೊಂಡ
ಗಾರುಗೊಡಿಸುವ
ವಾಸನೆ ಸದಾ ಜೀವಂತಿಕೆ ಪಡೆದು
ಜೀವಗಳ ಹಿಂಡಿ ಬದುಕಿನ ಬಗೆಗಿನ
ಆಸೆಯನ್ನೇ ಕಮರಿಸುತ್ತಿದೆ

ಇವೆಲ್ಲದರ ನಡುವೆಯೂ
ಇಡೀ ಆಸ್ಪತ್ರೆಯ
ರೋಗಿಗಳ ನಿರಾಕಾರ ಮೌನವನ್ನು
ಸೀಳಿ ಎಂಥದೋ ಭಾವವನ್ನು ಉಕ್ಕಿಸಿ
ಉಸಿರಿಗೆ ಜೀವ ಕೊಡುತ್ತದೆ
ಮಗು ಅಳುವ ಸದ್ದು

# ಭಯ

ನಾಡಿಗೆ ಎಂಥದೋ ಭಯ ಕಾಡುತ್ತಿದೆ
ಎಲ್ಲೆಲ್ಲಿಯೂ ಬದುಕನ್ನು
ಹೈರಾಣು ಮಾಡಿದ ವೈರಾಣುವಿನದೇ ದರ್ಬಾರು
ಅದು ಸಾಲದೇ ಮತದ ಗುಂಗಲ್ಲಿ ಬೇರೆಯವರ ಮಕ್ಕಳ
ಬಾವಿಗಿಳಿಸಿ ಆಳ ನೋಡುವ ರಾಜಕಾರಣ
ಕಬಂಧ ರಕ್ಕಸನಂತೆ ತೆಕ್ಕೆಗೆ ತಗೆದುಕೊಂಡಿದೆ

ನಿರಂತರ ಕಲಿಕೆಯಿಲ್ಲದ ಮಕ್ಕಳು
ಕಾಡ ಕತ್ತಲಿನ ಕುರುಚಲು
ಗಿಡಗಳಂತೆ ನಿಂತು ನೋಡುತ್ತವೆ

ಮನರಂಜನೆಯ ವೇಷ ತೊಟ್ಟ ಸಂಚಾರಿ
ದೂರವಾಣಿಗಳದೇ ಕಾಲ
ಹಕ್ಕಿಗಳು ಗೂಡು ಕಟ್ಟುತ್ತಿಲ್ಲ
ಮರಿ ಮಾಡುತ್ತಿಲ್ಲ
ಎಲ್ಲೆಲ್ಲೂ ಟವರುಗಳದೇ ಹಾವಳಿ
ಕೊನೆಯುಸಿರೆಳೆವ ಭಯದಿಂದ
ಕಾಲ್ಕಿತ್ತ ಜೇನುಗಳು ಮನುಷ್ಯನ
ಅವಸಾನದ ಚರಮಗೀತೆ ಹಾಡುತ್ತಿವೆ

ಸುಗ್ಗಿಯ ಮರುದಿನವೇ ಜಾಗರ ಹಾಕಿದ
ಮೋಡಗಳು ಇಲ್ಲಿನ ವಿಚಿತ್ರ ಧಗೆಗೆ
ಇದ್ದಕ್ಕಿದ್ದಂತೆ ನಾಪತ್ತೆಯಾಗಿವೆ

ಇದ್ದು ಬಿದ್ದ ಕಾಡುಗಳು ಕಿಚ್ಚಿನ
ತೀವ್ರತೆಯಲ್ಲಿ ಧಗಧಗಿಸುತ್ತಿವೆ
ನಾಡು ಚುನಾವಣಾ ಭರಾಟೆಯಲ್ಲಿ
ಜಗಮಗಿಸುತ್ತಿದೆ

ಮರ ಮರಗಳ ಚಿಗುರಿಸಿ ಪ್ರತಿ ಎಲೆಗಳು
ತೊಡಲಿ ಹೂವಿನ ಬಟ್ಟೆ
ಅದ ನೋಡುತ ಹಾಡಲಿ ಹಕ್ಕಿ ಚಿಟ್ಟೆ

# ತನ್ಮಯತೆ

ಅದೆಷ್ಟೋ ಹೊತ್ತಿನಿಂದ
ಅಳುತ್ತಲೇ ಇದ್ದ ಮಗು
ಈಗ ಸುಮ್ಮನಿದೆ
ಅಲೆಯದ ಸಮುದ್ರದಂತೆ

ಅಮ್ಮನೆದೆ ಬಿಸಿಯಪ್ಪುಗೆಯಲಿ
ತಣ್ಣಗೆ ಹೀರುವ
ಆ ಅಮೃತ ಕ್ಷಣಗಳಲ್ಲಿ
ಮಗುವಿನದು
ಸ್ವರ್ಗ ಸದೃಶ ವಿಹಾರ
ತಾಯಿಯೆದೆ ಮೂರ್ತೀಕರಿಸಿದ
ಅಲೌಕಿಕ ಅನುಭವದ
ಎಲ್ಲೆ ದಾಟಿದೆ

ತಾಯಿ ತೊಡೆ ಆಹ್ಲಾದಕರ ಮೆತ್ತೆ
ತಲೆಯಾನಿಸಿದ ತೋಳು
ಜೋಲಿಯೇರಿಸಿದಂತೆ
ಮಗು ಜೋಂಪಿಗೆ ಸರಿವ
ಸನಿಹದಲ್ಲಿದೆ ಇಷ್ಟರಲ್ಲೇ

ತನಗೆ ನೀರು ಕಾಯಿಸುವ
ಮನೆಗೆ ಅಡಿಗೆ ಮುಗಿಸುವ
ಬಟ್ಟೆ ಒಗೆವ
ರೇಶನ್ನು ಕೊಟ್ಟಿಗೆ ಅದೂ ಇದೂ
ತಾಯಿಯ ಕೆಲಸದವಸರದ
ಗರ್ಜು ಇಲ್ಲದ ಮಗು
ಹಾಗೇ ಹೀರುತ್ತ

ಪಕ್ಕದಲ್ಲಿಯೇ ಕೂತ ಅಪ್ಪನನ್ನು
ದುರುಗುಟ್ಟಿ ನೋಡುತ್ತ
ಅಪ್ಪಿಕೊಂಡಿದ್ದೆ ಇನ್ನೂ
ಗಟ್ಟಿಯಾಗಿ

# ಅಡ್ಡ ಮರ

ನಿಂತಲ್ಲಿಯೇ ಇದ್ದ ಅಡ್ಡ ಮರ
ಚಿಗುರ ತಂಬೆಲರಿಗೆ ಮೈಯೊಡ್ಡಿ
ಅಲ್ಲಿಯೇ ನಿಂತ ಪ್ರೇಮಿಗಳ
ಪಿಸುಮಾತು ಆಲಿಸುತ್ತಿದೆ
ಎಡೆಬಿಡದೇ
ಇದು ಇದೇ ಮೊದಲಲ್ಲ

ಅಂತರಂಗ ಬಿಚ್ಚಿಟ್ಟು
ಕನಸುಗಳ ಹೆಕ್ಕಿಟ್ಟು
ಒಟ್ಟಿಗೆ ನಿಟ್ಟುಸಿರಿಟ್ಟ
ಎಷ್ಟೋ ಅನುರಕ್ತರಿಗೆ
ಮರ ಮೈದಡವಿದ್ದಿದೆ

ಏರಿನ ಮೇಲೆ ನಿಂತ ಮರ
ಸಂಕೇತಿಸುತ್ತಿದೆ ಕುಳಿತವರಿಗೆ
ತಾನು ಹರಡಿರುವುದು
ಅಡಿಯ ನೆಲೆ ತಪ್ಪುವಂತ
ವಿಶಾಲ ಇಳಿಜಾರಿನ
ಕಂದಕದಲ್ಲಿ ಎನ್ನುವುದು

ಬೇರುಗಳು ಸಡಿಲಗೊಂಡರೆ
ಬುಡ ಮೇಲಾಗುವುದು
ಭ್ರಮೆಯ ಖಚಿತ ನೆಲೆ
ಬೇರುಗಳ ಆಳಕ್ಕಿಳಿಸಿದರೆ
ಇದ್ದಷ್ಟು ದಿನ ಸದಾ ಹಸಿರೂಡುವ
ನಿಸ್ವಾರ್ಥ ತ್ಯಾಗದ ಕಾಯಕ ನಿರಂತರ

ಜಗದ ಜಂಝುಡ ಮರೆತ
ಒಲವ ಪಂಜರದ ಗೊತ್ತು ಗುರಿಯಿಲ್ಲದ
ಜೀವಗಳ ಬೆಸೆಯುವ ಮರ
ಇಣುಕಿದರೆ ಕಾಡುವ ಅನಿಶ್ಚಿತತೆಯ
ಆಳದ ಕಂದರ

ಎದೆಯಾಳದ ಭ್ರಮೆಯ ಬಿಂಬದಲ್ಲಿ
ಒಲವಿನಾಗಸ ಹುಡುಕುತ್ತ
ಮೋಡದ ಮಂಜಿನಲ್ಲಿ
ವಿಸ್ತಾರವಾದ ಬಯಲು
ಮನಸ್ಸುಗಳ ಅದ್ದುತ್ತಿದೆ

ಸದ್ದಿಲ್ಲದೇ ಎದೆಬಡಿತಗಳ
ವಿನಿಮಯಿಸಿಕೊಳ್ಳುತ್ತಿವೆ
ಇಡೀ ಜಗತ್ತು ತಮ್ಮ ಬೊಗಸೆಯಲ್ಲಿದೆ
ಎಂಬಂತೆ

ನಿಂತ ಹೆಜ್ಜೆ ಎಡವಿದರೆ
ಬೇರಿನ ಆಳ ಕುಸಿದರೆ

# ಅಣ್ಣ

ಮನೆಯಿಂದ ಅಂಗಡಿಕಡೆ
ಹೊರಟಂತೆ
ಗುಡ್ಡದ ಮೇಲೆ ನಿಂತ
ಮೋಡ ನೋಡ ನೋಡುತ್ತಿದ್ದಂತೆ
ಕರಗಿ ಹೋದಂತೆ
ಮೇ ತಿಂಗಳಲ್ಲೂ ಹರಿಯುವ
ವಿಭೂತಿ ಬತ್ತಿ ಹೋದಂತೆ
ಬಾಳೆಕಂಟದ ಮೇಲೆ ಆಗಾಗ
ಹೊಳೆದು ಮರೆಯಾಗುವ
ತಾಳೆಮರ ಮರೆಯಾಗಿಯೇ
ಹೋದಂತೆ
ಸ್ತಬ್ಧವಾಗಿಬಿಟ್ಟೆ

ಮರೆತೆ ಹೋಗುವಷ್ಟು
ಮೊದಲೇ ಹೊರಟ ಅವ್ವನ
ನೆನಪಾಯಿತೆ
ಅಪ್ಪನ ನೋಡಬೇಕೆನಿಸಿತೆ
ಅಕ್ಕ ಮಾಡುವ ಕಮ್ಮಗಿನ
ಸಾರು ನಿನ್ನನ್ನು ಎಚ್ಚರಿಸಿತೆ
ನಾನು ಹೇಳಲಾರೆ

ಇತ್ತೀಚೆಗಷ್ಟೇ ನೆಟ್ಟ ಅಡಿಕೆ ಗಿಡ
ನಿನ್ನ ಬರ ಕಾಯುತ್ತಿದೆ
ನೀನೇ ದೊಟ್ಟೆಯಲ್ಲಿ ನೀರು ಹಾಕಿ
ಬೆಳೆಸಿದ ತೆಂಗಿನ ತೋಟ
ಅಲ್ಲೇ ನೀನು ಉರಿದು ಆವಿಯಾಗುವುದರ
ನೋಡಿ ಬಿಕ್ಕಿದಂತೆನಿಸಿತು

ಅಪ್ಪನು ಪಕ್ಕದಲ್ಲಿ ಕಣ್ಣೀರಿಟ್ಟಿದ್ದು
ಮನಸ್ಸು ನೋಡುತ್ತಿತ್ತು

ನೀನಿಲ್ಲದ ಮನೆ ಸೂತಕದ
ಹೊಗೆಯಲ್ಲಿ ಬಿಕೋ ಎನ್ನುತ್ತಿದೆ
ಯಾರ ಮುಖದಲ್ಲೂ ಕಳೆ ಇಲ್ಲ
ಬರೀ ದುಗುಡವೇ ತುಂಬಿದೆ
ನಾಳೆಗೇನು ದಿಕ್ಕು ಎಂಬ ದುಃಖದ
ಗೆರೆ ಮಕ್ಕಳ ಹಣೆಯಲ್ಲಿ ಮೂಡಿದೆ

ಗದ್ದೆ ಕಾಯಲು ಹಾಕಿದ ಮಾಳ
ಹಂದಿ ಹೆದರಿಸುವ ಬೆತ್ತದ ಬಳ್ಳಿಯ
ಸೂತ್ರ ಔಡು
ತಟಾರಿ ಬೊಳೆ ಮೇಲೆ ವಾಟೆ ಮರ
ಹತ್ತುವಾಗ ಬಿದ್ದ ಕತ್ತಿ
ಬಂಡಿಹಬ್ಬಕ್ಕೆ ನಿನಗೆ ನನಗೆ
ತಂದ ಒಂದೇ ತರಹದ ಟೆರಿಕೋಟ್ ಅಂಗಿ
ಕುಳ್‌ದೇವು ಜೊತೆಗಿನ ಮಳ್ಳು ಶಿಕಾರಿ
ಎಲ್ಲ ಎಲ್ಲಿ ಹೋದವೋ ಮರೆಯಾಗಿ
ನೀನು ಮಾತ್ರ ಹುಲಿದ್ಯಾವರ ಮನೆ
ಕಲ್ಲರೆ ಮೇಲೆ ಕಾಲಲಗಿಸುತ್ತ
ಮಲಗೇ ಇದ್ದಿ ಇನ್ನೂ ಬೆಳಗಾಗಿಲ್ಲವೆಂದು

*(ಮಾಳ–ಗದ್ದೆಯನ್ನು ಕಾಯಲು ಕಟ್ಟಿದ ಸಣ್ಣ ಮನೆ)*

# ಚೌಕಿಮನೆ

ಅತಿರಥ ಮಹಾರಥರು ಯುದ್ಧ ಮುಗಿಸಿದ
ವಿರಾಮದ ವೇಳೆ ಅರ್ಧ ಬಿಚ್ಚಿದ ಗೆಜ್ಜೆ
ಸರಿದ ಪೋಷಾಕು, ಪಗಡೆಗಳ ಭಾರದಲ್ಲಿ
ಮೋಟಾಗುವವರೆಗೆ ಬೀಡಿ ಸೇದುತ್ತ
ಬಣ್ಣ ಬಳಿಯುತ್ತ ಕಪ್ಪು ಚಿತ್ತಾರಗಳ
ಕನ್ನಡಿಯಲ್ಲಿ ಕಣ್ಣುಗಳ ಅಗಲಿಸಿ
ಚಂದಗೊಳ್ಳುತ್ತ
ಪ್ರಸಂಗ ಪಟ್ಟಿಯ ತೆರೆದ ಹಾಳೆಗಳಲ್ಲಿ
ಮುಖ ಹುದುಗಿಸಿದ್ದಾರೆ

ಅಲ್ಲೇ ಗ್ರೀನ್ ರೂಮಿನಲ್ಲಿ ವಿರಾಜಮಾನರಾದ ನಾವುಡರು
ಗಾಢ ನಿದ್ದೆಯನ್ನು ಎಬ್ಬಿಸುವುದಕ್ಕೆ
ತಮ್ಮ ಕಂಚಿನ ಕಂಠದಿಂದ
ಇಡೀ ರಾತ್ರಿಯನ್ನು ಅದ್ದುವುದಕ್ಕೆ ತಯಾರಿ ನಡೆಸಿದ್ದಾರೆ

ರಂಗ ಸಜ್ಜಿಕೆಯಲ್ಲಿ ಪುರದ ವರ್ಣನೆ ಮಾಡುವ
ಚಕ್ರವರ್ತಿ ದಶರಥ ತನ್ನ ಮಗ ಇಟ್ಟುಕೊಂಡ
ಚೀಲದಲ್ಲಿ ಕವಳದ ಸಾಮಾನು
ಹುಡುಕುತ್ತಿದ್ದಾನೆ

ವನವಾಸಕ್ಕೆ ಅಣಿಯಾದ ರಾಮ
ಸೀತಾ ಲಕ್ಷ್ಮಣರು ಕೊನೆಯ ಬಾರಿ ಎಂಬಂತೆ
ಚಾದಂಗಡಿ ಶೆಟ್ಟಿಯ ಬಯಲಾಟದ ಚಹ
ಹೀರುತ್ತಿದ್ದಾರೆ

ತಮ್ಮ ಪಾರ್ಟು ಇನ್ನು ಇದೆ ಎಂಬಂತೆ
ಹಾಗೇ ಪರದೆಗೆ ವಾಲಿ ಕೂತ
ಕೋಡಂಗಿ ವೇಷಧಾರಿಗಳು

ಸುತ್ತಲೂ ನೆರೆದ ಮಕ್ಕಳ ಅಚ್ಚರಿಯ
ಕಣ್ಣುಗಳಿಗೆ ಆಹಾರವಾಗಿದ್ದಾರೆ

ಕುಟಕುಟಿ ಮಂಡದಲ್ಲಿ
ಕಳೆದು ಬೆಳಗ ಮಾಡುವ ಜೂಜುಕೋರರು
ರಾಜ್ಯ ಕಳೆದುಕೊಂಡ ಅರಸರಂತೆ
ಬೆಕಾರ್ ತಿರುಗುತ್ತ ಅಲ್ಲೇ
ಗದ್ದೆಯ ಹಾಳಿಗೆ ವಾಲಿದ್ದಾರೆ

ಮೆರೆವ ಕುಮಾರ ಪಾತ್ರಗಳ
ಚಂಡೆ ಮದ್ದಳೆಯಬ್ಬರಕ್ಕೆ
ವೇಷಗಳ ನೆರಳು ಬಿದ್ದಂತೆ
ಅಲ್ಲೊಬ್ಬ ಚೌಕಿಮನೆ ಹಿಂದೆ
ಗಾನದಮಲಿನಲ್ಲಿ ಒಬ್ಬನೆ
ತುಂಡುಗ್ಗಪ್ಪು ಹೊಡೆದು
ಧೀಂss ತತ್ತತ್ತಾಧೀಂss
ಧೀಂss ದಿತ್ತತ್ತಾಧೀಂss
ಕುಣಿದು ಕುಣಿದು ಕುಣಿದು ಬಿದ್ದವನು
ರಾತ್ರಿ ರಂಗಕ್ಕೆ ಬಂದ ಯಮನ ಜೊತೆ
ಹೆಜ್ಜೆ ಹಾಕಿದ್ದು
ಅವರಿವರು ಅಂಥವನಾಗಿದ್ದ ಎಂದು
ಅಂದುಕೊಂಡಾಗಲೇ

ರಂಗದಲ್ಲಿ ಹೊಡೆದ ದಿಗಿಣಗಳಿಗೆ
ರಂಭೆ ಮೋಹಿನಿ ದ್ರೌಪದಿ
ಪ್ರತಾಪಗಳಿಗೆ ಲೆಕ್ಕವಿಲ್ಲ
ಶರಸೇತುಗಳಿಗೆ ಗದಾಪ್ರಹಾರಗಳಿಗೆ
ಹಸ್ತಿನಾವತಿಯಲ್ಲಿ ಕೃಷ್ಣ ಮಾಡಿದ
ಸಂಧಾನಗಳ ಬಗ್ಗೆ ಯಾರೂ ಕಡತಗಳ ಇಟ್ಟಿಲ್ಲ
ಎದೆಹಾರ ಭುಜಕೀರ್ತಿ ಪಗಡೆಗಳ
ಸಮೃದ್ಧ ಭಂಡಾರಗಳ ಕುಬೇರನ
ಹೊಟ್ಟೆಗೆ ಇನ್ನೂ ಅರೆಕಾಸಿನ ಮಜ್ಜಿಗೆ

# ಇನ್ನೂ ಬರಲಿಲ್ಲವಂತೆ ಪಾರಿವಾಳಗಳು

–1–

ಇನ್ನೂ ಬರಲಿಲ್ಲವಂತೆ ಪಾರಿವಾಳಗಳು
ಮುಂಬೈನ ತಾಜ್ ಟ್ರೈಡೆಂಟ್
ನಾರಿಮನ್ ಹೌಸಿಗೆ
ಅವುಗಳ ಕಣ್ಣುಗಳು
ನವೆಂಬರ್ ಇಪ್ಪತ್ತಾರರ
ಇಡೀ ರಾತ್ರಿಯನ್ನು ಒದ್ದೆ ಮಾಡಿದವು
ತೊಟ್ಟು ಕಳಚಿದ ಎಲೆಗಳಂತೆ
ಉದುರಿಬಿದ್ದ ಜೀವಗಳಿಗೆ
ಕಾಳರಾತ್ರಿ ಜೋಗುಳ ಹಾಡುತ್ತಿತ್ತು

ಪ್ರತಿ ವರ್ಷದ ಸ್ವಾತಂತ್ರ್ಯದಿನದಿ
ಹಾರಿಬಿಟ್ಟ ಪಾರಿವಾಳಗಳು
ಇನ್ನೂ ಮುಟ್ಟಿಲ್ಲವೆ
ಬೆಂಕಿಯುಗುಳುವ ಹೃದಯಗಳಿಗೆ

–2–

ಇನ್ನೂ ಬರಲಿಲ್ಲವಂತೆ ಪಾರಿವಾಳಗಳು
ಎಲ್ಲಿ ಹೋದವೋ
ಸಿಡಿವ ಮದ್ದಿಲ್ಲದ ಕತ್ತಿಯ ಅಲಗಿಲ್ಲದ
ನೆಲೆಯಿಲ್ಲದ ನೆರಳದಾರಿಯ ಊರಿಗೆ
ಸುಟ್ಟ ರೆಕ್ಕೆಯ ಹುರುಪಿಂದ
ಹೊರಟಿರಬೇಕು ಕಿಚ್ಚಿರುವ
ಜೀವಂತ ಮರವಿರದ ನಾಡಿಗೆ

–3–

ಎಲ್ಲಿರುವುದು ನಮ್ಮನೆ
ಎಲ್ಲಿಲ್ಲ ಆತಂಕ ವಿಚಿತ್ರ ತಲ್ಲಣ
ಎಲ್ಲಿ ನೋಡಿದರೂ ಜೀವವಿರದ ಬೀದಿ
ಕಾಳುಕಡಿಗಳೆಲ್ಲ ಸಿಡಿವ ಗುಂಡುಗಳಂತೆ
ಇರಿದರೆ ತುತ್ತಿಗೇನು ಎಂಬ ಚಿಂತೆ
ಪ್ರೀತಿ ತುಂಬಿದ
ಅವುಗಳ ಕಣ್ಣಲ್ಲಿ
ಭಾಮಿಯಾನ್ ಬುದ್ಧನ ಗಾಢ ಮೌನ

# ದಡ

ಮತ್ತೆ ಅದೇ ಏಕಾಂಗಿತನ
ಕಾವು ಕೊಡದಿದ್ದರೂ
ಮರಿ ಮಾಡುತ್ತಿದೆ

ಮೊನ್ನೆ ನಡೆದ ಅಸಂಗತ ನಾಟಕದ
ನಾಯಕ ಅವನ ಪಾತ್ರದಲ್ಲಿಯೇ
ಇನ್ನೂ ನೆಲೆಗೊಂಡಂತಿದೆ

ಎದುರಿಸಲಾಗದ ಧಾವಂತಗಳ
ದಾಟಲಾಗದೇ
ಹೊಸ ಹುಡುಕಾಟಗಳ ಲೆಕ್ಕಿಸದೇ

ಚುಕ್ತಾ ಮಾಡಲಾಗದ
ಬಡತನದ ಕನಸುಗಾರಿಕೆಯಲ್ಲಿ
ತಡಕಾಡಿದಂತಿದೆ

ಇಲ್ಲಿಯೇ ಇದ್ದು ಅಲ್ಲಿ
ಹೊರಟಂತೆ ದಾಪುಗಾಲಿಟ್ಟವರು
ಗೈರು ಹಾಜರಾದ ಬಗ್ಗೆ
ಮನವಿ ಕೊಟ್ಟಂತಿಲ್ಲ

ಸಾವು ಸಮೀಪಿಸುವಂತ
ಸವಾಲುಗಳು ಇನ್ನೂ ಇವೆ
ಎಂಬಂತೆ ಅಂಟಿಕೊಂಡಿವೆ
ಐವತ್ತರ ನಂತರದ ಆಹ್ವಾನಗಳು

ಒಂದಷ್ಟು ಕಾಲ ಹೆಜ್ಜೆಗಳಿಗೆ
ಬಣ್ಣ ಬಳಿದರೂ

ಹಿಂದೆ ಬಳಿದ ಸುಣ್ಣವೇ
ಇಣುಕುತ್ತಿದೆ ಅಲ್ಲಲ್ಲಿ

ಬದಲಾವಣೆ ಸಹಜ ನಿಯಮವೇ
ಆಧುನಿಕ ಅವಸರದ ಅವಾಂತರಗಳು
ಮತ್ತೆ ಮತ್ತೆ ಆವರಿಸಿ
ನೂರೆಂಟು ನರಳಿಕೆಗಳು
ಗುಂಗೆ ಹುಳವಾಗಿ ಗಿರಕಿಹೊಡೆದು
ಜಗ್ಗಿಸಿದಂತೆನಿಸಿ
ಹೊರಟ ಹೈದರಿಗೆ
ಇನ್ನೂ ಆಚೆದಡ ಸಿಕ್ಕಿಲ್ಲ
ದಡವೂ ಇದ್ದಂತಿಲ್ಲ

# ಕನ್ನಡವಾಗಲಿ

ಕನ್ನಡವಾಗಲಿ ನಮ್ಮೆಲ್ಲರ ಭಾವ
ಕಂಗಳು ಬೆಸೆದಿರುವಂತೆ
ಕನ್ನಡವಾಗಲಿ ನಮ್ಮೆಲ್ಲರ ಜೀವ
ಪ್ರಾಣದಿ ಉಸಿರಿರುವಂತೆ

ಕನ್ನಡದಲ್ಲಿಯೇ ನಗೆಮಾತಿರಲಿ
ಹಾಗಿದ್ದರೆ ಎಲ್ಲವೂ ಚೆಂದ
ಕನ್ನಡ ಕಾರ್ಯವು ನಡೆಯುವುದಕ್ಕೆ
ಅದುವೆ ನೆರವಿನ ಚಂದ

ಕನ್ನಡವೆಂಬುದು ಹಳ್ಳಿಯ ಜನಪದ
ಅದರ ನೆಲೆಯಿರುವುದಲ್ಲೆ
ಕಾಂಕ್ರೀಟ್ ಕಾಡಿನ ನಗರದ ತುಂಬ
ಕಳೆದಿದೆ ಒಮ್ಮತದೆಲ್ಲೆ

ಕನ್ನಡವೆಲ್ಲಿದೆ ಎನ್ನುವ ಜನರಿಗೆ
ಇಲ್ಲಿದೆ ನಮ್ಮಯ ಉತ್ತರವು
ಎಲ್ಲರ ಎದೆಯಲಿ ಹುದುಗಿರಬೇಕು
ಅದೇ ಕನ್ನಡವೇರಿದ ಎತ್ತರವು

ಕನ್ನಡವಡಗಿದೆ ನೆಲಜಲದಲ್ಲಿ
ಭತ್ತದ ತೆನೆ ಹೂ ಪರಿಮಳವು
ಸಹಬಾಳ್ವೆ ಪ್ರೀತಿಯ ಒಡನಾಟವೇ
ಸತ್ಕಾರದ ಸಿರಿತನ ಸಂಸ್ಕಾರವು

ಕನ್ನಡವಾಗಿದೆ ಸಿರಿಸುಗ್ಗಿಯ ಹಗಲು
ನೆಲಮೂಲ ಸಂಸ್ಕೃತಿ ಹಾಡುಗಳು
ನಾಟಿಯ ಕೊಯ್ಲಿನ ಸಂಭ್ರಮದಲ್ಲೊ
ಗುಮಟೆಯ ಲಯ ಸದ್ದುಗಳು

ಕನ್ನಡವೊಂದೇ ನಮ್ಮೆಲ್ಲರ ಮಂತ್ರ
ಉಸಿರು ಉಸಿರಿನ ತುಂಬ
ಅಂತರಂಗಗಳ ಆಳದಿಂದ
ಬರಲಿ ಅಭಿಮಾನದ ಬಿಂಬ

ಭಾಷೆಯೆಂಬುದು ಹೂವಾದರೆ
ಸಂಸ್ಕೃತಿ ಅದರ ಗಂಧ
ಕೂಡಿದ್ದರೆ ಮಾತ್ರ ನೋಡಲು ಸೊಗಸು
ಬಿಡಿಸದಂತಿರಲಿ ಬಂಧ

# ಮಣ್ಣು

ಮಣ್ಣಿಂದ ಬಂದದ್ದು
ಮಣ್ಣಿಗೆ ಎಂಬುದು
ಪಡೆಮಾತಲ್ಲ ನಡೆಮಾತು
ಜೀವಜಲ ಹಿಡಿದಿಟ್ಟು
ಹಸಿರಲ್ಲಿ ಹಸಿರಾಗಿ
ಉಸುರುವ ಜೀವದ ಕೊಂಡಿ

ಬಯಲಾದ ಬದುಕು
ಕಾಡಾಗಿ ಕಾಡಿತ್ತು
ಕಡಿವ ಕೈಗಳ ಕೊಡಲಿ ಕಾವು
ಕುಲಕ್ಕೆ ಕವಲು ದಾರಿಯ ತೋರಿ
ಬದುಕು ಕಮರಿ ಮಣ್ಣು ಪಾಲಾಗಿತ್ತು

ಮಣ್ಣಿಗೂ ಮಣ್ಣಾಗಿ
ಬವಣೆಯ ಹುಡಿಯಲ್ಲಿ
ಹೊರಳಿ ಬರಡಾಗುವಲ್ಲಿ
ಎಚ್ಚರಿಸಿತ್ತು

ಮಲಿನಗೊಂಡ ಹವೆ ಹಗೆಯಾಗಿ
ಬರಬಡಿದು ಜಲಬತ್ತಿ
ಬರಿ ದಗೆ ತುಂಬಿ ಗರಬಡಿದಿದೆ

ಮೊಗ್ಗರಳಿ ಬೆಳಕಾಗಿ
ಬೆಳಗುವವರು
ಕತ್ತಲ ಕೂಪದ ರೂಪಕವಾಗಿ
ಸಾವಿನ ಮನೆ ಹೊಗೆಯಾದರು

ಬರಬಂದ ನಾಡಲ್ಲಿ ನೆರೆಬಂದು
ಕನಸು ಕನವರಿಕೆಗಳಿಗೆ ಬರೆ ಎಳೆದಿತ್ತು

ಎಲ್ಲವನ್ನೂ ತನ್ನೊಳಗೆ
ಹುದುಗಿಸುವ
ಸಮುದ್ರ ಸಮತೋಲನದಂತೆ
ಮಣ್ಣೆ ಮಣ್ಣು ಮಾಡುವುದು
ಮಣ್ಣಿನ ಅಚ್ಚರಿ

# ಮತ್ತೆ ಕಾಡಿದೆ ನೆನಪು

ಮತ್ತೆ ಕಾಡಿದೆ ನೆನಪು ಮತ್ತೆ ಕಾಡಿದೆ ಹೃದಯ
ಕಾಣ ಬಯಸಿದೆ ನಿನ್ನ ನನ್ನ ಮನಸು
ನೀನಿದ್ದ ಆ ಗಳಿಗೆ ನಿಜದ ಸ್ವರ್ಗಕು ಮಿಗಿಲು
ಸಾಕಾರಗೊಂಡಂತೆ ಎಲ್ಲ ಕನಸು

ಹಗಲು ರಾತ್ರಿಗಳೆಲ್ಲ ನೀನಿರದ ಸಮಯದಲಿ
ಎದೆ ಬಗೆದು ಕಾಡುತಿವೆ ಒಂದೆ ಸವನೆ
ನನ್ನೊಳಗೆ ನಿನ್ನಿರುವಿನ ಬೆಳಕು ಸದಾ ಇರುವಾಗ
ದೂಡುತಿಹೆ ದಿನವನ್ನು ದಿನದ ಮೇಲೆ

ನಿನ್ನ ನಗೆ ಹೂ ಬೆಳಕೆ ನನ್ನೆದೆಗೆ ಹೊಸಬಿಂಬ
ಚೈತನ್ಯದಾಕಾಶ ನಿನ್ನ ಒಲವು
ಒಡಲಲ್ಲಿ ಹೊಸದೊಂದು ರಾಗವನು ಹೊದೆದು
ಬರೆಸುವುದು ಕವಿತೆಯನು ನಿನ್ನ ಚೆಲುವು

ಈ ವಿರಹ ಸಾಕಿನ್ನು ಬಹುಬೇಗ ಎದುರಾಗು
ಕಣ್ಣುಗಳು ಕಾಯುತಿವೆ ತುಂಬಿಕೊಳಲು
ಮೈಮನಸು ಕಾತರದಿ ನಿನಗಾಗಿ ಕಾಯುತಿದೆ
ಭರದಿಂದ ಬಿಗಿಯಾಗಿ ಅಪ್ಪಿಕೊಳಲು

# ನಿರುತ್ತರ

ನಡುಮಧ್ಯಾಹ್ನದ ವಿದಾಯಕ್ಕೆ
ಯಾವುದೇ ವಿಸ್ಮಯದ
ಸರಹದ್ದುಗಳಿರಲಿಲ್ಲ

ದೃಷ್ಟಿ ಮಾತ್ರ ಚೂಪುಚೂಪಾಗಿ
ನೆಲದ ಎದೆ ಬಗೆದು
ರಹಸ್ಯವ ಬರೆಯುವಂತಿತ್ತು

ಮನಸ್ಸು ನೇರಾ ನೇರ
ಗುರ್ಗೆ ಹಿಂಡುಗಳ ದಾಟಿ
ಹಾರುವ ತಟ್ಟೆ ಓತಿ ಕಾಜಾಣ
ತುಡವೆಗಳ ಸೆರೆಹಿಡಿವ ಕ್ಯಾಮರಾ
ಮೀನಿನ ಶಿಕಾರಿ
ಎಲ್ಲವನ್ನೂ ಬಿಟ್ಟು
ಮಿಶ್ರಿ ಜೇನಿನ ಕಾಲ
ತುದಿಗೆ ಅಂಟಿದ
ಮಧುವಿನಷ್ಟೇ
ಬದುಕು ಉಳಿದಿದೆಯೆಂಬಂತೆ
ಹೊರಟಂತಿತ್ತು
ಮಂದಣ್ಣನ ಜೊತೆಗೆ

ಅಬಚೂರಿನ ಪೋಸ್ಟಾಫೀಸು
ಹುಲಿಯೂರಿನ ಸರಹದ್ದು
ಜುಗಾರಿ ಕ್ರಾಸಿನ ಹೊಳೆಯ
ತಣ್ಣೀರಿನ ನೀರ ಕುಡಿತ
ಯಾವುದೂ ನೆನಪಾಗಲಿಲ್ಲ

ಸುಮ್ಮನೆ
ಮೂಡಿಗೆರೆ ತೋಟದಲ್ಲಿ ಕುಳಿತು
ಕಾಫಿ ಮಾಡಿ ಕುಡಿಯುತ್ತ
ಬರೆಯುವುದಷ್ಟೇ ಯೋಚಿಸುತ್ತ
ಯಾವುದೆಲ್ಲಾ ನಿರಾಕರಿಸುತ್ತ ಬರೆದ
ಕುರಚಲು ಗಡ್ಡದ
ನಿರ್ವಿವಾದಿತ ತೇಜಸ್ಸು
ವ್ಯವಧಾನವಿಲ್ಲದ ಪ್ರಪಂಚದಲ್ಲಿ
ಒಂದು ಕ್ಷಣವೂ ಇರಲಾರದ
ಮಾಯಾಲೋಕದ
ಅವಸರವೇನಿತ್ತೋ

# ಸಂಜೆ ಸಾಲು

ಸಂಜೆ ಸೂರ್ಯನ ಸೊಬಗು ಹೆಣ್ಣ ಹಣೆ ಸಿಂಧೂರ
ತಿಲಕದಂದದಿ ಭಾವ ಮಿಡಿದಂತಿದೆ
ಕಡಲ ಅಲೆ ಅಲೆಗಳಲಿ ಅವನರಂಗಿನ ರಾಗ
ಕೆಂಬಣ್ಣ ರಾಶಿಯಲಿ ಮಿಂದಂತಿದೆ

ಸಾಲು ಹಕ್ಕಿಯ ಗುಂಪು ನೀಲಿ ಕಡಲಲಿ ಕುಳಿತು
ಮೀನು ರಾಶಿಯ ಕಂಡು ಮಾತಾಡಿವೆ
ಒಂದೇ ಸವನೆ ಎಲ್ಲ ನಂತರದಿ ಹಾರಿದವು
ಯಾರ ಸೂಚನೆ ಎಂಬ ಅಚ್ಚರಿಯಿದೆ

ಬಾನ ಬಯಲಿನ ತುಂಬ ಹೊಸದೊಂದು ರಂಗು
ಕ್ಷಣ ಕ್ಷಣಕೂ ಬದಲಾಗಿ ಕಣ್ಸೆಳೆದಿದೆ
ಬೆಳ್ಳಕ್ಕಿ ಸಾಲುಗಳು ಎಂಥದೋ ಲಯದಲ್ಲಿ
ಹಾರುತಿಹ ಶೈಲಿಯೇ ಹಾಡಾಗಿದೆ

ಎಲ್ಲ ಮನಸುಗಳನ್ನು ಸಂಜೆ ತಾ ಸೆರೆಹಿಡಿದು
ಪ್ರಕೃತಿ ತಾ ಧ್ಯಾನದಲಿ ಮಿಂದಂತಿದೆ
ಕಡಲ ದಂಡೆಯ ಸಂಜೆ ನಿರ್ಮಿಸಿದ ಹೊಸಸ್ವರ್ಗ
ನಿನ ಪ್ರೀತಿ ದನಿ ಪಡೆದ ನೆನಪಾಗಿದೆ

# ನಿರ್ಯಾಣ

ಸಾವಿಗೆ ಯಾರ ಹಂಗಿಲ್ಲ
ಯಾವ ಮುಲಾಜೂ ಇಲ್ಲ
ಏಳಿ ಹೋಗುವ ನಾವು ಎನ್ನುವ
ನಾದ ಮಾಧುರ್ಯತೆಯಲಿ
ಕಾಲನ ಕರೆಯಿತ್ತೆ

ಬಣ್ಣ ಬದುಕಿನ ಕೊನೆಯ ಹರಕೆ
ಕೊನೆಗೊಳ್ಳುವ ಮುನ್ನ
ರಂಗಸ್ಥಳದಲಿ ಲೀನವಾದದ್ದು
ನಿಜದ ಮೋಕ್ಷದ ದಾರಿ
ರಾಮನ ವೇಷ ತೊಟ್ಟ ಸಾವು
ರಂಗದಲಿ ದಿಗಿಣ ಹೊಡೆಯುತ್ತಿದ್ದುದು
ಯಾರಿಗೂ ಗೊತ್ತಾಗಲಿಲ್ಲ
ಹೇಗೆ ಮರೆತಿರಿ ನೆಬ್ಬೂರರ
ಅಣ್ಣ ಮಹಾಬಲನ ಗುರು ಮಾಯೆಯ
ದಶಕಗಳ ಪ್ರೀತಿಯ ಗೋಡೆಯ
ರಂಗದ ಮಿಂಚು ಚಿಟ್ಟಾಣಿಯ
ಅಪಾರ ಅಭಿಮಾನಿ ಬಗಳವ

ಯಾಕೆ ಆಗಲಿಲ್ಲ
ಗುಣವಂತೆಯ ರಂಗಮಂದಿರದಲ್ಲಿ
ಒಮ್ಮೆ ಕುಣಿವ ಕಾತರ

ಎಲ್ಲ ಬಳುವಳಿಗಳ ಶಿವನ ತಲೆಗಿಟ್ಟು
ವೇಷ ಕಳಚಿಟ್ಟು
ಹೊರಟ ಶ್ರೀರಾಮನ ಧನ್ಯತೆ

ಕೆರೆಮನೆಯಿಂದ ಜಗವ ಸುತ್ತಿದ
ಮೇಳದ ತಿರುಗಾಟಕ್ಕೆ
ದಶಕಗಳ ಅಭಿಯಾನಕ್ಕೆ ಮಂಗಳ ಹಾಡಿ
ಚಂಡೆ ಮೃದಂಗದ ಸದ್ದಿಗೆ ಶ್ರುತಿ ಸೇರಿಸಿ
ಅಭಿಮಾನಿಗಳ ಹೃದಯ
ಬರಿದು ಮಾಡಿದರಲ್ಲ

ಆದರೆ ಸದಾ ಉಳಿಯುವ ಹೊಸತನ
ಭಾವಾಭಿವ್ಯಕ್ತಿ ಭರತನಾಟ್ಯದ ಭಂಗಿ
ಅಗಣಿತ ಪಾತ್ರಗಳ ಗೆಜ್ಜೆ ಸದ್ದುಗಳೊಂದಿಗೆ
ಲೌಡ್ ಸ್ಪೀಕರಿನ ಶುಕ್ಲಾಂಭರದರಂ ಹಾಡಿಗೆ
ಪುಳಕಗೊಳ್ಳುವ ಬಯಲ ಜಾಗರದ
ಕಿವಿಗಳಲ್ಲಿ ಅನುರಣಿಸುವ ನೀವು
ಏಳಿ ಪೋಗುವ ನಾವು ಹಾಡಿನ
ಅಂತರಂಗದಲ್ಲಿ
ಸದಾ ಜೀವಂತ ಪ್ರತಿಮೆ

# ಒಂಟಿ ಸೈಕಲ್ಲು

ತುಂಬಾ ಹಳೆಯದೆಂಬಂತೆ ತೋರುವ
ಈ ಸೈಕಲ್ಲು ಯಾವುದೋ ಆಫೀಸಿನ ಗೋಡೆಗೆ
ಯಾರೋ ನಿಲ್ಲಿಸಿ ಹೋಗಿದ್ದಾರೆ
ಇದನ್ನು ನಿಲ್ಲಿಸಿ ಹೊರಟ ಮನುಷ್ಯ
ಬಹುತೇಕ ಪಿಂಚಣಿ ಹಣ ಬಂದಿಲ್ಲವೆಂದೋ
ವೃದ್ಧಾಪ್ಯವೇತನ ಸಿಕ್ಕಿಲ್ಲವೆಂದೋ
ಎಡತಾಕಿರಬೇಕು

ಅದನ್ನು ನಿಲ್ಲಿಸಿ ತುಂಬಾ ಹೊತ್ತಾಗಿದೆ
ಯಾಕೆಂದರೆ ನಿಲ್ಲಿಸಿದ ಗೋಡೆಗೆ
ಸಂಜೆ ಬಾನಿನ ಬಣ್ಣ ಮೆತ್ತಿದೆ
ಸೈಕಲ್ಲಿನ ಜಂಗುತಿಂದ ಎಣ್ಣೆ ಕಾಣದ
ಬಿಡಿ ಭಾಗಗಳು ದೀರ್ಘಕಾಲದ
ಒಂಟಿ ಪಯಣದ ಒಡನಾಡಿಗೆ
ಕಾಯುತ್ತಿವೆ

ಎಷ್ಟೊತ್ತಿಗೆ ಬಂದವನೋ ಪಾಪ
ಈ ಇಳಿ ಸಂಜೆಯಲ್ಲಿ
ಕೊಡಲಾಗದ ಲಂಚಕ್ಕೆ
ಹೇಳುತ್ತಿರಬೇಕು ಅಧಿಕಾರಿ
ಅದೂ ಇದೂ ಸಬೂಬು

ಸಿಕ್ಕಿಸಿದ ಟಂಗೀಸಿನ
ಹಳೆಯ ಚೀಲ ಸೂಚಿಸುತ್ತಿದೆ
ಆತನದು ಸಡಿಲಗೊಂಡ ಚೈನಿನ
ಸ್ಟಂಡಿಲ್ಲದ ಜೀವನ

# ಕನ್ನಡ ಎಂದರೆ

ಅದು ಅಕ್ಷರದಂತೆ ಹೊಳೆವ ಮಳೆಹನಿಗಳಿಗೆ
ಒದ್ದೆಯಾದ ಇಳೆಯ ಮಣ್ಣ ಕಣಕಣದಿಂದ ಹೊರಟ ಗಂಧ
ಚಿಗುರೊಡೆಯಲು ಕಾದ ಪ್ರತಿ ಬೀಜದಲ್ಲೂ
ಹೆಮ್ಮರವಾಗುವ ಸುಪ್ತ ಅದಮ್ಯ ಆತ್ಮವಿಶ್ವಾಸ

ಅದು ಎಲ್ಲರ ಎದೆಯಾಳದಿಂದ
ಹೊರಹೊಮ್ಮುವ ಚಿಗುರ ಕುಡಿ
ತಣ್ಣನೆ ಗಾಳಿಯಲಿ ಬೆರೆವ ನವಿರುನಿನಾದ
ಸವಿಜೇನಿನ ಕೊನೆಯ ಹನಿಯಲ್ಲೂ ಉಳಿದಂತೆ ಸ್ವಾದ

ಬೆಟ್ಟಗಳ ಹಸಿರಲ್ಲಿ ಬೆವರ ಭೂಮಿಯಲ್ಲಿ ಅಡಗಿದ ಸಮೃದ್ಧತೆ
ಜಾತಿ ಮತ ಧರ್ಮ ಎಲ್ಲವನ್ನೂ ಮೀರಿದ
ಗಾಢ ಸಂಬಂಧಗಳ ನೆಲಮೂಲ ಸಂಸ್ಕೃತಿ
ಒಳಗೆ ಏನನ್ನೂ ಇಟ್ಟುಕೊಳ್ಳದೇ
ಎಲ್ಲವನ್ನೂ ದಂಡೆಗೆಸೆವ ಕಡಲಿನ ಶುಭ್ರ ಸ್ವಚ್ಛ ಮನಸು

ಅದು ಸದಾ ಹರಿವ ಹೊಳೆ ಹಳ್ಳಗಳ ಜುಳು ಜುಳು ಸಂಗೀತ
ಕರಿಮೋಡ ಕಂಡು ಕುಣಿಯುವ ನವಿಲಿನ ಸಂಭ್ರಮ
ಮಣ್ಣಿನಲಿ ದುಡಿವ ರೈತರ ಬೆವರಿಂದ ಮೂಡಿಬಂದ ತೆನೆ
ಕೈಯ ಕುಂಚದ ನವಿಲುಗರಿಯಲ್ಲಿ ಆ ತೆನೆಗಳ
ಕೊಯ್ದು ಕುಣಿಸೋ ಸುಗ್ಗಿ ಮಕ್ಕಳ ಲಯಬದ್ಧ
ಭತ್ತದ ಕೊಯ್ಲು

ಪ್ರತಿದಿನದ ಬದುಕಿನ ಬೆಳಕ
ಕೈಹಿಡಿದು ಪಯಣ ಹೊರಟ ಹಾದಿ
ಎಲ್ಲ ಮನಸುಗಳ ಒಗ್ಗೂಡುವಿಕೆಯ
ಒಕ್ಕೊರಲಿನ ಬೀಜಮಂತ್ರ

# ಜುಮುರು ಮಳೆ

ನಿನ್ನ ಕೆನ್ನೆ ಹೊಳಪಿಗೆ
ಮೋಡ
ನಕ್ಕಿತು

***

ಬೆಳ್ಳಕ್ಕಿಗಳು
ದಂಡೆಗೆ ಬಂದು
ಪಟ್ಟಾಂಗ
ಹೊಡೆದಿವೆ

***

ಮಗು ಎದ್ದು
ನಕ್ಕಾಗ
ಬೆಳಕಾಯಿತು

***

ದಿನವಿಡೀ ನಕ್ಕ
ಹೂ ಬಾಡಿ
ಮೊಗ್ಗಾಯಿತು

***

ಮಣ್ಣ ಗಂಧ
ಕುಡಿದು
ಮಿಂಚಿದೆ
ನೆಲ ಸಂಪಿಗೆ

***

ಬಾಡುವ
ಹಂಗಿಲ್ಲದ

ಗುಲ್ ಮೋಹರ್
ಮನಮೋಹಕ

***

ನಿನ್ನ ತುಟಿಯಲ್ಲಿ
ನಕ್ಕ ಮಳೆ
ನನ್ನ ಕಣ್ಣಲ್ಲಿ
ಹೊಳೆ

***

ಇಡೀ ರಾತ್ರಿ
ಮೋಡ
ನಿನ್ನ ಮನೆ
ಸುತ್ತುತ್ತಿದೆ

ನಿನ್ನ ಹಾಡು
ಕೇಳಲು
ಬೆಳದಿಂಗಳು
ಕಾದಿದೆ

***

ಮುಳ್ಳು
ಮರೆಮಾಚಿ
ಗುಲಾಬಿ
ನಿನಗೆ ಕಳಿಸಿದೆ

***

ಲಂಗರು
ತಗೆದ ಹಡಗು
ದಂಡೆಯಲ್ಲಿ
ಹೊರಟಿದೆ

# ಮಳೆ

ಹರಿವ ನೀರಲ್ಲಿ ತನ್ನ ಪುಟ್ಟ ಕೈಗಳಿಂದ
ದೋಣಿಗಳ ಬಿಟ್ಟು
ಅವು ಚಲಿಸುವ ಚಂದಕ್ಕೆ
ಬೆರಗಾಗಿ ನಕ್ಕು ಹಗುರಾಗಿದೆ

ಅರಳಿದ ನೆಲಸಂಪಿಗೆಯ ಕೇಸರಗಳ
ಮುಟ್ಟಿ ನೋಡುತ್ತ
ಹನಿ ಮುತ್ತಿಕೊಂಡ ದಳಗಳ
ಸವರಿ ಇನ್ನಷ್ಟು ನಯವಾಗಿಸುತ್ತದೆ

ಬೀಸುವ ತಂಗಾಳಿ ಅಲೆಯುವ
ಎಲೆಗಳ ಜೊತೆ ಗುಟ್ಟುಗಳನಿಟ್ಟು
ಹೂವಿಂದ ಹೂವಿಗೆ ಅಲೆದು
ಪರಿಮಳವ ಹೊತ್ತೊಯ್ಯುತ್ತದೆ

ಸಂಜೆ ಬಂದ ಮಳೆಗೆ ಖಾಸಾ
ನೆಂಟರ ಕರೆದು
ತಾಜಾ ಮೀನುಗಳ ಹಿಡಿದು
ಊಟ ಬಡಿಸುವ ಭೂಮಿ
ರಾತ್ರಿ ಪಟ್ಟಾಂಗ ಹೊಡೆದು
ಬದುಕಿನ ಖುಷಿಯ ದ್ವಿಗುಣಗೊಳಿಸುತ್ತದೆ

ರಾಶಿ ರಾಶಿ ರಾಶಿ ಮೋಡಗಳು
ಜಗದ ತುಂಬೆಲ್ಲಾ ಕವಿಯುವಾಗ
ನವಿಲಿನ ಹಜ್ಜೆಗೆ ಗೆಜ್ಜೆದನಿ
ಮೂಡಿ ಮುಸ್ಸಂಜೆಯ ಆಲಾಪಕ್ಕೆ
ಶ್ರುತಿ ಕೊಡುತ್ತದೆ

ಕತ್ತಲಾಗಲಿ
ಜೀರುಂಡೆಗಳ ಸಂಗೀತ ಕಚೇರಿ
ಕಪ್ಪೆಗಳ ಕರತಾಡನ
ಹೊಯ್ಯುವ ಮಳೆ ಸದ್ದಿಗೆ
ಭೂರಮೆಗೆ ಖುಷಿಯೋ ಖುಷಿ

ಹದಗೊಂಡ ಹಸೆಗೆ
ಬೆದೆಗೊಂಡ ಭೂಮಿಗೆ
ಬಸಿರ ಮೊಳಕೆ

# ಹೂ ಬೆಳಗು

ಸರಿಯುವ ಕತ್ತಲನ್ನು ಮರದ
ಎಲೆಗಳ ನಡುವೆ ಕುಳಿತ ಹಕ್ಕಿಗಳು
ತದೇಕ ಚಿತ್ತದಿಂದ ನೋಡುತ್ತಿವೆ

ಆಗಷ್ಟೇ ಕಣ್ಣು ಬಿಟ್ಟ ನಸುಕು
ದೊಸೆ ಹೊಯ್ಯಲು
ಬೆಂಕಿ ಒಟ್ಟುತ್ತಿದೆ ಹೊಂಗನಸ ನೆನೆದು
ಒಂದೇ ಸವನೆ ಮುಸುಕುವ ಮಂಜು
ಮರದ ಎಲೆಗಳ ತೋಯಿಸಿ
ಕಚಗುಳಿಯಿಡುತ್ತಿದೆ

ಆಗತಾನೇ ಹೊಳೆ ಸಾಲಿನಲ್ಲಿ
ಮುಖ ತೊಳೆದುಕೊಂಡ ಮೋಡಗಳ ಕೆನ್ನೆ
ಅರಳುವ ಎಳೆಬಿಸಿಲಿಗೆ
ಕೆಂಪಾಗುತ್ತಿದೆ

ದಾಸಾಳದ ಹೂಗಳು
ಹೂ ಕೊಯ್ಯುವ ಪುಟ್ಟಿಯ
ಪುಟಾಣಿ ಕೈಯ ಮುದ್ದು ಮಾಡುತ್ತಿವೆ

ತಡವಾಗಿ ಎದ್ದ ಮುತ್ತುಮಲ್ಲಿಗೆ
ಹೂಗಳು ಮುಖಕ್ಕೆ ಇಬ್ಬನಿಯೆರಚಿ
ನಿದ್ದೆಗಣ್ಣುಗಳನ್ನು ತೊಳೆಯುತ್ತಿವೆ

ಕಣ್ಣು ತೆರೆದೇ ಸಣ್ಣ ನಿದ್ದೆಗೆ ಜಾರಿದ
ಅಬ್ಬಲಿ ಹೂಗಳನ್ನು
ಬೀಸಿ ಬಂದ ತಂಗಾಳಿ ಮುದ್ದಿಸಿ
ಎಬ್ಬಿಸುತ್ತಿದೆ

ಹೊದ್ದ ಚಾದರ ಸರಿಸಿ
ಮಗುವಿನ ಕನಸಿನ ಕದ ತೆರೆದು
ಕಣ್ಣೆವೆ ಉಜ್ಜಿಕೊಳ್ಳುತ್ತಲೇ ತೆರೆವ
ಕೂಸಿಗೆ
ಕರವೀರದ ಹೂಗಳು ಮಂದಹಾಸ ಬೀರಿವೆ

ನೈದಿಲೆಯ ಮೊಗ್ಗುಗಳಿಗೆ
ಹೂ ಮುತ್ತನಿತ್ತ ಕ್ರೌಂಚ ಪಕ್ಷಿಗಳು
ಹಿಮದಂತಹ ನೀರಲ್ಲಿ ತೇಲುತ್ತಿವೆ
ಆವರಿಸಿದ ಚಳಿ ಲೆಕ್ಕಿಸದೆ

ಮೊಗ್ಗುಗಳು ನಾಳೆ ಅರಳುವ
ಖುಷಿ ಹಂಚಿಕೊಂಡರೆ
ಪಾತರಗಿತ್ತಿಗಳು ದಿನಪತ್ರಿಕೆ ಓದುತ್ತಿವೆ

ಎಲೆ ಎಲೆಗಳ ಮೇಲೆ
ಕುಳಿತಿಹ ಚಿಟ್ಟೆಯ ಕಂಡು
ಪ್ರತಿ ಗಿಡ ತೊಟ್ಟಿವೆ ಹೂವಿನ ಬಟ್ಟೆ

# ಮೂರ್‌ಸಂಜೆ

ಮೋತಿಗುಡ್ಡದ ಬಂಡೆಗಳ ಮೇಲೆ
ಕುಳಿತ ಮೋಡಗಗಳು ಎಂಥದೋ
ಪಿಸುಮಾತನಾಡುತ್ತ ಅಲ್ಲೇ ಕೆಳಗೆ
ಹುಡುಗಿಯರು ಅಬ್ಬಿಯ ನೀರು ಬೆರೆಸಿ ಮೀಯುವ ಚಂದ
ನೋಡುತ್ತಿವೆ

ಸದಾ ವಿಪ್ರಲಂಭ ಶೃಂಗಾರದ ಕೊಮಣೆ ಮಾಡುತ್ತ
ಮಂಗಟ್ಟೆ ಹಕ್ಕಿಗಳು ಆಕಾಶದೆತ್ತರಕ್ಕೆ ಹಾರುತ್ತ ಹಾರುತ್ತ
ಹನಿಮೂನು ಮೂಡಿನಲ್ಲಿ ಸ್ವರ್ಗಕ್ಕೆ ಮೂರೇ ಗೇಣು ಬಾಕಿ

ಗುಮ್ಲೆಗದ್ದೆಯಿಂದಿಳಿದು ಬರುವ ವಿಭೂತಿ
ಯಾಣದ ಭೈರವೇಶ್ವರನ ಬೂದಿ ತೊಳೆದು
ರಾಶಿ ರಾಶಿ ಕಟ್ಟಿಗೆಗಳ ಮೇಲೇರಿ ಗಂಗಾವಳಿಯ
ಸಮುದ್ರದಲಿ ಮೀಯುತ್ತದೆ

ಅಶ್ಲೇಷಾ ಮಳೆಗೆ ಹುತ್ತದಿಂದೆದ್ದ
ಅಣಬೆಗಳ ಸತ್ತಿಗೆಯ ಹಿಡಿದು ಇರುವೆಗಳು ಮೊಟ್ಟೆಯನ್ನು
ಹೊಟ್ಟೆಯಡಿ ಹೊತ್ತು ಹೊಸ ಮನೆಗೆ ಶಿಫ್ಟಾಗುತ್ತಿವೆ

ಅಟ್ಟದ ಗೋಣಿ ಚೀಲದ ಮೇಲೆ ವಾರ್ಷಿಕೋತ್ಸವ
ಆಚರಿಸಿಕೊಂಡ ಬೆಕ್ಕಿನ ಸಂಸಾರ
ಸೀಮಂತ ಕಾರ್ಯಕ್ರಮದ
ತಯಾರಿಯಲ್ಲಿವೆ

ಒಂದೇ ಸವನೆ ಹೊಯ್ಯುವ
ಜಡಿಮಳೆಯ ಹೊಳೆಗೆ ತೇಲಿ ಬಂದ
ಹೈಗರ ತೋಟದ ತೆಂಗಿನ ಕಾಯಿಗಳು
ನೀರಕುಳಿ ಸಣಕೂಸನ ಪಾಲಾಗಿವೆ

ಮಣಕನ ಗುಂಡಿಯಲ್ಲಿ ಗಾಳ ಹಾಕುವುದು
ಸಂಕ ಕಟ್ಟುವುದು
ಹಳ್ಳ ಹಾಯುವುದು
ಹಾಲ್ಟಿಂಗ್ ಬಸ್ಸು ಹಳ್ಳದಚ್ಚೆಗೆ ನಿಲ್ಲುವುದರ ಜೊತೆ
ಪುಲೋಟು ಮನೆಯಿಂದ ಒಣ ಜಬ್ಬಿನ ಸಾರಿನ
ಕಮ್ಮಗಿನ ಅದಮ್ಯ ಗಂಧ ಒಂದೇ ಸವನೆ
ಮೂಗಿಗೆ ಬಡಿಯುತ್ತಿದೆ

ಮಕ್ಕಳು ಮನೆಯ ಮೂಲೆಯಲ್ಲೆಲ್ಲೋ ಕೂಡಿಟ್ಟ
ಗೇರು ಬೀಜದ ಸುಟ್ಟ ಸೊನೆಯ ಘಾಟು
ಇಡೀ ಊರಿಗೆ ಬಿತ್ತರಿಸಿದೆ
ಮಳೆ ಮಾತ್ರ ಹೊಯ್ಯುತ್ತಲೇ ಇದೆ

*(ಮೂರ್‌ಸಂಜೆ–ಇಳಿ ಸಂಜೆಯ ಹೊತ್ತು; ಅಬ್ಬಿ–ಒರತೆ ನೀರನ್ನು ಮನೆಯ ಕಡೆ ಹರಣಿಗಳ ಮೂಲಕ ಬಂದ ನೀರು)*

# ದಂಡೆಯಲ್ಲಿ

ಎಲ್ಲ ನೆನಪುಗಳ ಮೂಟೆ ಕಟ್ಟಿ
ಬಾವಿಗೆಸೆದಂತೆ
ಬಾಕಿ ಇರುವ ಲೆಖ್ಖವನ್ನೂ
ಚುಕ್ತಾ ಮಾಡದೇ
ಅಲ್ಲೆಲ್ಲೋ ಮೌನ ದೋಣಿಯಲ್ಲಿ
ಪಯಣ ಹೊರಟೆ
ನೀರವ ನಿರ್ವಾತ ನಿರ್ವಾಣದೆಡೆಗೆ

ದಂಡೆಯಲಿ ಮುಸುಕುವ
ಉಸುಕಿನಲೆಯಲಿ ಕುಳಿತು
ಕಣ್ಣು ಮುಟ್ಟುವವರೆಗೂ ನೋಟ
ನೀ ಸಿಕ್ಕ ಸಂಜೆಯ ರಂಗು ನೋಡುತ್ತ

ಅಲ್ಲಿ ನಿನ್ನ ಹೆಜ್ಜೆಗಳು ಅಚ್ಚಾಗಿವೆಯೆಂದು
ನಾ ಹೆಜ್ಜೆಗಳನಿಡುತ್ತಿರುವೆ ಪ್ರತಿದಿನ
ಅದೇ ಹಳೆಯ ಪ್ರೀತಿ ಗಳಿಗೆಗಳ ಜೊತೆಗೆ

ನಡೆವ ಹೆಜ್ಜೆಗಳ ಬೆರಳುಗಳಿಗೆ
ಒಂದು ದೂರದೃಷ್ಠಿಯ ಗಮ್ಯವಿರುತ್ತದಂತೆ
ಮಂದವಾಗಿದೆ ದೃಷ್ಠಿ ಮುಂದೇನು ಕಾಣದೇ
ದಿಕ್ಕೆಟ್ಟ ಒಲವಿನೊಡಲು
ಕವಲೊಡೆದ ದಾರಿಗಳಲ್ಲಿ
ಮುಸುಗುತ್ತಿದೆ

ಪ್ರತಿ ಸಂಜೆ ನನ್ನ ಎದೆ ದಂಡೆಯಲ್ಲಿ
ನೀ ನಡೆದ ಹೆಜ್ಜೆಗಳ ಹುಡುಕುತ್ತ
ಚಿನ್ನದ ಗೆರೆಗಳ ಅಂಚಿನಲ್ಲಿ
ದೂಡುತ್ತಿದ್ದೇನೆ ದಿನಗಳ
ಉಸಿರು ಬಿಗಿ ಹಿಡಿದು

# ಕಾರವಾರದ ದಂಡೆಯೆಂದರೆ

ಕಾರವಾರದ ದಂಡೆಯೆಂದರೆ ನನಗೆ
ಅದೆಂಥದೋ ಪ್ರೀತಿ
ಸಂಜೆ ಮುಂಜಾವೆನ್ನದೇ
ಸದಾ ಗಿಜುಗುಡುವ ಜನರು
ಈ ದಂಡೆಯಲ್ಲಿ ನಡೆದು
ಅದರ ಜೊತೆ ಒಬ್ಬೊಬ್ಬರೇ
ಸಂಭಾಷಿಸುತ್ತಾರೆ ಮತ್ತು
ಹಗುರಾಗುತ್ತಾರೆ

ದಿಗಂತದಿಂದೋಡಿ ಬರುವ ಅಲೆಗಳು
ನಡೆವ ಪಾದಗಳ ತಂಪುಗೊಳಿಸಿ
ಎಂತೆಂಥದೋ ಒತ್ತಡಗಳಿಂದ ವ್ಯಗ್ರರಾದವರಿಗೆ
ಸಾಂತ್ವನ ನೀಡುತ್ತವೆ

ದಂಡೆಯಲ್ಲಿ ಸಿಗುವ ಪರಿಚಿತ ಕೊಂಕಣಿಗರು
ನಂಗೆ ಅಷ್ಟಾಗಿ ಕನ್ನಡ್ ಬರುದಿಲ್ಲ ಹಾಂ
ಎಂದು ಕನ್ನಡದಲ್ಲಿಯೇ ಮಾತಿಗಿಳಿಯುತ್ತಾರೆ
ಕನ್ನಡ ದ್ವೇಷಿಸದ ಆ ಕೊಂಕಣಿಗರ ಕಂಡರೆ ನನಗೆ ಎಲ್ಲಿಲ್ಲದ ಪ್ರೀತಿ
ಯಾಕೆಂದರೆ ಯಾರ ಸುದ್ದಿಗೂ ಹೋಗದ ಅವರು
ತಾವಾಯಿತು ತಮ್ಮ ಕೆಲಸಾಯಿತು ಅಷ್ಟೇ

ನೀವು ಎಲ್ಲಿಂದಲೇ ಬಂದು ಕೆಲಸ ಮಾಡಿದರೆ
ನೀವು ಅಲ್ಲೇ ನೆಲೆಗೊಳ್ಳುತ್ತೀರಿ
ಅಲ್ಲಿಯವರೇ ಆಗಿಬಿಡುತ್ತೀರಿ
ಅದಕ್ಕೆ ಕಾರಣ ಪ್ರೀತಿ
ಪ್ರತಿ ಸಂಜೆ ಎದುರಾಗುವ ಈ
ದಂಡೆಯ ಮಮತೆ

ದಂಡೆಯ ಉಸುಕು ಸದಾ ಗಾಳಿಯೊಂದಿಗೆ
ಗಾಳಿ ಮರದ ಮೇಲೆ ಕೂತು ಪಿಸುಗುಡುವ ಬೆಳ್ಳಕ್ಕಿಗಳು
ಮೀನು ಕಂಡಲ್ಲಿ ತೇಲುವ ಕಡಲ ಹಕ್ಕಿಗಳು
ಆಗಾಗ ದಂಡೆಯ ಸಮೀಪ ಬಂದು ಪಾನಿಪುರಿಗೆ ಆಸೆಪಟ್ಟು
ಮುಳುಗೇಳುವ ಡಾಲ್ಫಿನ್ ಬಗ್ಗೆಯೇ ಗಂಟೆಗಟ್ಟಲೆ
ಮಾತಾಡುತ್ತಿರುತ್ತವೆ

ಬೆಳದಿಂಗಳು ಬಂತೆಂದರೆ ಉಕ್ಕೇರುವ ಅಲೆಗಳು
ಬೇರೆ ಸಮಯದಲ್ಲಿ ಮಂದ್ರಸ್ಥಾಯಿಯಲ್ಲಿ ಮಿಂದಂತಿರುತ್ತದೆ

ಈ ದಂಡೆಯ ಉಸುಕಿನಲ್ಲಿ ಹಬ್ಬಿದ ಬಂಗಡೆ ಗಿಡಗಳು ಹೂ ಬಿಟ್ಟರೆ
ಸಿಕ್ಕಾಪಟ್ಟೆ ಬಂಗಡೆ ಬೀಳುವುದಂತೆ

ಸಮುದ್ರದ ಮಧ್ಯೆ ನಿಂತ ಒಂಟಿ ದೀಪ ಸ್ಥಂಭ
ಇಡೀ ಕಾರವಾರಿಗರ ಮನಸ್ಸನ್ನು
ಪ್ರತಿನಿಧಿಸುತ್ತದೆ
ಸಂಜೆ ಆರಾದರೆ ಕಿಲೋ ಮೀಟರುಗಳ ದೂರದ
ರಂಪಣಿ ಹಡಗುಗಳ ಕಾಯುತ್ತ
ಇಸ್ವಣ ಪಾಪ್ಲೆಟ್ ದಂಡೆಯಲ್ಲಿ ಸೋವಿಯಾಗುವುದೆಂದು
ಯೋಚಿಸುತ್ತದೆ

ಎಂದೋ ಈ ದಂಡೆಯಲ್ಲಿ ನಡೆದು ಹೋದ
ಕವಿ ರವೀಂದ್ರರು ಈಗಲೂ ಇಲ್ಲೆಲ್ಲೋ
ಸುತ್ತುತ್ತಿರುವಂತೆ ಭಾಸವಾಗುತ್ತದೆ
ಅವರು ಕಂಡ ಸಂಜೆ ಇನ್ನೂ ಏನೂ ಬದಲಾಗಿಲ್ಲ

ಲಂಗರು ಹಾಕಿದ ಹಡಗುಗಳು ಸಂಜೆ
ಆಕಾಶವಾಣಿಯಲ್ಲಿ ಬಿತ್ತರಗೊಳ್ಳುವ ಚಿತ್ರಗೀತೆಗಳ
ಆಲಿಸುತ್ತ ತಲೆ ಅಲ್ಲಾಡಿಸುವುದನ್ನು
ಬೆಳ್ಳಕ್ಕಿ ಹೂ ಮುಡಿದ ಬೈತ್‌ಖೋಲಿನ ಮರ
ನಿಂತು ನೋಡುತ್ತದೆ

# ಹಿಂಸೆಯ ದಾರಿ

ಆದರ್ಶದ ಗಂಜಿ ಲೇಪಿಸಿದ ಅಂಗಿ
ಹಲವು ಬಣ್ಣದ ವೇಷ ಹಾಕಿ
ಫೀಲ್ಡಿಗಿಳಿದಿದೆ

ಯಾರೂ ಊಹಿಸಿರಲಿಲ್ಲ
ಕತ್ತರಿಸುವ ರಿಬ್ಬನ್ನುಗಳು
ಅಮಾಯಕರ ತಲೆಯನ್ನು
ಕತ್ತರಿಸಬಹುದೆಂದು

ಸಾವಿನ ಮನೆಯ ಹೊಗೆಯಲ್ಲಿ
ಗೆಲುವು ಅರಸುವ ವೇಷಗಳು
ಹರಿದ ನೆತ್ತರ ನೋವುಗಳಲ್ಲಿ
ಸಿಂಪತಿ ಗಳಿಸುವ ಬಿಕ್ಕುಗಳು

ತುಸು ಸಾಂತ್ವನದ ಮಾತುಗಳಲ್ಲಿ
ಹಸಿ ಹಸಿ ಹಲ್ಲೆಯ ನೋವು
ಕೆದಕಿ ಅದರ ಚಿತ್ರಗಳು
ಕ್ಯಾನ್ವಾಸಿನಲ್ಲಿ ಜೀವ ಪಡೆಯುತ್ತವೆ

ಕೊಂದು ಬದುಕುವ
ತತ್ವ ಸಿದ್ಧಾಂತಗಳ ಉತ್ತುಂಗಕ್ಕೇರಿಸಿ
ಇತಿಹಾಸ ಚರಿತ್ರೆಗಳನ್ನು
ತಿರುವು ಮುರುವಾಗಿಸಿ ಬಿತ್ತುತ್ತಿವೆ
ಪರಿಣಾಮದಲ್ಲಿ ಜನರ ಭಾವನೆಗಳ ಹೆಂಚಿನಲ್ಲಿ
ಬೇಯುತ್ತವೆ ಕಿಚ್ಚುಗಳು

ಒಂದೆಡೆ ಆಷಾಡದ ಮೋಡಗಳು
ಮಳೆಗರೆದರೆ ಇನ್ನೊಂದೆಡೆ

ಕತ್ತಿಗಳು ಝುಳಪಿಸುತ್ತವೆ
ಹಿಂಬಾಲಿಸಿ ಹೊಂಚು ಹಾಕುತ್ತದೆ
ಸಾವು ಕೂಡ ನೆರಳಿನಂತೆ

ಬೆಲೆ ಕಟ್ಟುತ್ತವೆ ಜೀವಗಳಿಗೆ
ದುಡಿದು ಬದುಕುವ ಜನ
ಚಿಂದಿಯಾದ ಬದುಕಿನ ಎದುರು ನಿಂತು
ನ್ಯಾಯ ಮಾತ್ರ ಕಣ್ಣಿಗೆ ಬಟ್ಟೆ ಕಟ್ಟಿದೆ

ಪರಿಹಾರವೇ ಬಂಡವಾಳ ಮಾಡಿ
ಬಿಡಾರ ಹೂಡುವ ರಕ್ಕಸ ಮುಖಗಳು
ಗೆಲುವಿನ ಶೋಧ ನಡೆಸುತ್ತವೆ
ಸಾವಿನ ಕಂದಕದಲ್ಲಿಣುಕಿ

ಹಗೆ ಅರಿಯದ ಮನಸುಗಳಿಗೆ
ಬೆಂಕಿಯಿಡುವ ಕೋಮುಗಳು
ಚರಂಡಿಯ ಕೊಚ್ಚೆಯಲ್ಲಿ
ಅದ್ದಿ ತಗೆದ ನಾಲಿಗೆಗಳು
ಪಟ್ಟ ಭದ್ರಪಡಿಸುತ್ತವೆ

ವರ್ತಮಾನದ ಕಣ್ಣಿನಲ್ಲಿ
ಮಡುಗಟ್ಟಿದ ದ್ವೇಷದಲ್ಲಿ
ನಡೆದು ಹೊರಟ ರ್‍ಯಾಲಿಗಳು
ಎಲ್ಲಿ ನೋಡಿದರಲ್ಲಿ ಕರ್ಫ್ಯೂ ವಿಧಿಸಿದ ಬೀದಿಗಳು
ಮತ ಮತಗಳ ಬೆಂಕಿಯುಗುಳಿ
ಮುಗ್ಧ ಜನರ ಬೇಟೆಯಾಡಿ
ಹಿಂಸೆಯ ದಾರಿ ಹಿಡಿದು ಹೊರಟಿದ್ದೆಲ್ಲಿಗೆ

ಹಿಂಸೆಯಿರದ ದಾರಿಯಲ್ಲಿ
ಬುದ್ಧ ನಡೆದು ಬರಲಿ
ಮುರಿದ ಮನೆಗಳ ಜಂತಿಯಲ್ಲಿ
ಪಾರಿವಾಳ ಕೂರಲಿ

# ಕ್ಲಪ್ತ

ಯುದ್ಧದಲ್ಲಿ ಸರ್ವಸ್ವವನ್ನೂ ಕಳೆದುಕೊಂಡ
ದುರ್ಯೋಧನ ಕುರುಕ್ಷೇತ್ರದಲ್ಲಿ ಹೊರಟಂತೆ
ಮತ್ತೆ ಅದೇ ದಂಡೆಯಲ್ಲಿ ಏಕಾಂಗಿ ಪಯಣ
ನೆನಪುಗಳ ಮೂಟೆ ಕಟ್ಟಿ ಹೊತ್ತ ವಜ್ಜೆಗೆ ಮನಸೂ
ಫ್ಲ್ಯಾಶ್ ಬ್ಯಾಕ್ ಹೋಗುತ್ತಿದೆ

ಹಿಂದೆ ಬಿದ್ದವರನ್ನೆಲ್ಲ ಎಳೆನಗೆಯಲ್ಲೇ ನಕ್ಕು
ಬೀಳ್ಕೊಟ್ಟು ಈಗ ವರುಷಗಳೆ ಸಂದಿವೆ

ಮುನಿಸಿಂದ ವಾರದವರೆಗೆ ಮಾತುಬಿಟ್ಟು
ಮುಖ ಗಂಭೀರ ವೇಷ ತೊಟ್ಟು
ಅವರೆಲ್ಲರನ್ನೂ ಮನಸಿಂದ ನೂಕಿ
ಈಗ ಕೈಗೊಂದು ಕಾಲಿಗೊಂದು ಮಕ್ಕಳು
ಕಟ್ಟಿಕೊಂಡು ಅವರವರದೇ ಪ್ರಪಂಚದಲ್ಲಿ
ಬೀಚಿನಲ್ಲಿ ಆಡುತ್ತಿದ್ದಾರೆ ನೆನಪುಗಳ ಜೊತೆಗೆ

ನಾನೂ ಹೊರಟಿದ್ದೇನೆ ಅವರಿಗಿಂತ ಮುಂದೆ
ಅಂದುಕೊಳ್ಳುತ್ತೇನೆ
ಆದರೆ ನನ್ನ ಹೆಜ್ಜೆಗಳು ಬಹಳಷ್ಟು ಹಿಂದಿವೆ
ಭಯಗೊಂಡ ಕನಸಿನಲ್ಲಿ ಓಡಿದಂತೆ ಎಂದು ಗೊತ್ತಾಗಲು
ಬಹಳ ಹೊತ್ತು ಬೇಕಾಗಲಿಲ್ಲ
ಅರ್ಧ ಕನಸಿನಲ್ಲಿ ಎಚ್ಚರಗೊಂಡಂತೆ

ದಂಡೆಯಲ್ಲಿ ಸಿಕ್ಕ ಹುಡುಗಿ ಮನಸಲ್ಲಿಟ್ಟು
ಕೆಲ ವರ್ಷದ ಹಿಂದೆ ಅವಳು ನಡೆದು
ಬಿಟ್ಟ ಹೆಜ್ಜೆಗಳ ಅಚ್ಚಿನಲ್ಲೆ ನಡೆಯುತ್ತಿರುವೆ

ಆಗ ಹಿಮಕಣಗಳನ್ನು ಹೊತ್ತು ತರುವ ಗಾಳಿಯ ಸದ್ದಿಲ್ಲ
ನಮ್ಮ ಮನಸಿನ ಸಲ್ಲಾಪ ಆಲಿಸಿದ್ದ ಗಾಳಿ ಮರಗಳು ಮೊದಲೇ ಇಲ್ಲ
ಅಲೆಗಳು ನಗುತ್ತಿವೆ ಅನಿಸುತ್ತಿಲ್ಲ
ಅವುಗಳ ಸಪ್ಪಳಕ್ಕೂ ಸಂಗೀತದ ಯಾವ ಲಯವೂ ಇಲ್ಲ

ಈಗ ಅವಳ ನಡಿಗೆ ನೋಡಲು ಆಗಾಗ ದಂಡೆಗೆ ಬಂದು
ಹೋಗುವ ಬೆಳ್ಳಕ್ಕಿಗಳಿಗೆ ಈಗ ಚಾಲೀಸು ಬಂದಿದೆ
ಮಳೆಗಾಲದಲ್ಲಿ ಮಾತ್ರ ತಮ್ಮ ಇರುವನ್ನು ತೋರಿಸುವ
ಸತ್ತ ಗಾಳಿ ಮರದ ಬೊಡ್ಡೆಗಳು ಉಸುಕಿನಲ್ಲಿ ತಣ್ಣನೆ ಮಲಗಿವೆ

ಆಗ ಸಣ್ಣಗೆ ಚಿಗುರಿಕೊಂಡು ಆಹ್ಲಾದಕರ ಸಂಜೆಯಲ್ಲಿ
ಅವಳನ್ನು ನೋಡಿ ಕಣ್ಣು ತಂಪು ಮಾಡಿಕೊಳ್ಳುತ್ತಿದ್ದ
ಗುಲ್ಮೋಹರ್ ಈಗ ಬಿಪಿ ಶುಗರ್ ಮಾತ್ರೆ ತಿಂದು ಮೈ ಬಡವಾಗಿದೆ

ಏನೆಂಥಾ ಬದಲಾವಣೆ
ದಿಗಂತವೂ ಕೂಡ ಜಾತಿ ಅಡ್ಡ ಬಂದೋ
ಅಣ್ಣನ ವಿರೋಧದಿಂದೋ ದುಡ್ಡು ಆಸ್ತಿ ಎಲ್ಐಸಿ ಪಾಲಿಸಿ
ಮೈದುನಿ ಮದುವೆಯಾಗಿಲ್ಲವೆಂದು ಮುಗಿಸುವ ವೈರಕ್ಕೋ
ಮೋಡದ ಜೊತೆ ಮದುವೆಯಾಗಲೇ ಇಲ್ಲ

ಅನತಿ ದೂರದಲ್ಲಿ ಅಪರೂಪಕ್ಕೆ ಸಿಕ್ಕ ಅವಳು
ಹಠಾತ್ ನಕ್ಕು ಹೇಗಿದ್ದೀರಿ ಎಂದಾಗ
ತುಟಿಗಳು ಉಸುರಲೇ ಇಲ್ಲ
ಇವನು ನಾನು ಒಂದೇ ಕಂಪನಿಯಲ್ಲಿದ್ದೇವೆ
ರೀಸೆಂಟಾಗಿ ಮದ್ವೆಯಾಯ್ತು
ಎಂಬ ಮಾತು ಆಲಿಸುತ್ತಿದ್ದ ಸೂರ್ಯ
ದಿಗಂತದ ಎದೆಯಲ್ಲೇ ಮೊಟ್ಟೆಯಂತೆ ಕರಗಿಹೋದ
ಆವರಿಸಿದ ಕತ್ತಲಲ್ಲಿ ಅವಳು ಕಾಣಲೇ ಇಲ್ಲ
ನಕ್ಷತ್ರಗಳು ಸಣ್ಣ ಬ್ಯಾಟರಿ ಹಿಡಿದು ತೋರುತ್ತಿದ್ದವು
ದಾರಿ ಗುರುತಿಸದ ನನ್ನ ಭಾರವಾದ ಹೆಜ್ಜೆಗಳಿಗೆ

# ಮರೀಚಿಕೆ

ಹೊಯ್ಯುತಿದೆ ಮಳೆ
ನನ್ನೆಲ್ಲಾ ಒಳಗನ್ನು
ಆವರಿಸಿಕೊಂಡು
ಹೊರಟು ಹೋದ ಅವಳ
ನೆನಪನ್ನು ಗಾಳಿಯೊಂದಿಗೆ ಹುಚ್ಚೆಬ್ಬಿಸಿ

ನಿರ್ಲಿಪ್ತ ಮನಸ್ಸು ಮಾತ್ರ
ಅವಳು ಹೊರಟ ಹಾದಿಯ
ಹೆಜ್ಜಗಳ ನೇವರಿಸುತ್ತ
ತನ್ನೊಂದಿಗಿದ್ದ ಕ್ಷಣಗಳ
ಕಾತರದ ಬಿಸಿಯುಸಿರಿನ
ಇರುವ ಆಲಿಸುತ್ತ ನೆಮ್ಮದಿಯ
ಕಸಿದ ನಾಳೆಗಳ ನಿರ್ಲಕ್ಷಿಸಿ

ಒಲವಿನ ಹೊತ್ತಿಗೆಯ ಹೆಚ್ಚು ಕಡಿಮೆ
ಅರ್ದದಷ್ಟು ಓದಿದ ಮೇಲೆ
ಯಾಕೋ ಏನೋ ಒಂಥರಾ
ನಿಷ್ಕಾರಣ ಪ್ರೀತಿಯ ಅಲೌಕಿಕ ಅನುಭವದ ಗೋಡೆಗೆ
ಮನಸ್ಸು ಒರಗಿಕೊಂಡಿದೆ
ಹೊಯ್ಯುವ ಮಳೆಗೆ ತಲೆಯಾನಿಸಿ

ಮಳೆ ಕೂಡ ಎಷ್ಟೊಂದು ನಿರ್ದಯಿ ಅವಳಂತೆ
ಹಾಯೆನಿಸಲೆಂದು ಹಾಗೆ
ನಡೆದು ಹೋದರೆ
ಕುಂಭದ್ರೋಣನಂತೆ ವರ್ಶಿಸುತ್ತದೆ
ಆರ್ದ್ರ ಭಾವನೆಗಳನೆಲ್ಲ
ಮಚ್ಚಿನಿಂದ ಕಡಿದಂತೆ ಭಾಸವಾಗಿ

ಅಳಿದುಳಿದ ಜೀವವನ್ನು
ನರನರಗಳ ತಂತುವನ್ನು
ಅದಕ್ಕಂಟಿದ ನೋವಿನ ಪಸೆಯನ್ನು ವರಸಿ ಹಾಕುತ್ತದೆ

ಪ್ರೀತಿ ಎಂಬ ತರಹೇವಾರಿ
ಬಣ್ಣಗಳು ಹತ್ತಿರ ಹೋದಷ್ಟು
ಇನ್ನೂ ದೂರ ಹೋದಂತೆ
ಮರೀಚಿಕೆಯಾಗುತ್ತದೆ.
ಇದ್ದಷ್ಟು ದಿನ ಇದ್ದ ಆಪ್ತತೆ
ಪ್ರೀತಿ ಎಂದುಕೊಂಡದ್ದು ಮಾತ್ರ
ನನ್ನ ಪಾಲಿಗೆ ಬಂದ
ಅಮೃತತ್ವ

# ರಂಗಸ್ಥಳ

ಬೆಳಗಿನಿಂದಲೇ ಊರೆಲ್ಲ
ಪ್ರಚಾರ ಮಾಡಿದ ರಿಕ್ಷಾ
ಸುತ್ತೆಲ್ಲಾ ತಿರುಗಾಡುತ್ತಿದೆ

ಮೊದಲೇ ಆಗಮಿಸಿದ ಮೇಳದ ಗಾಡಿ
ತಂಬು ಹೂಡುವುದನ್ನೇ ಮಕ್ಕಳು ತದೇಕ ಚಿತ್ತದಿಂದ
ನೋಡುತ್ತಾ ರಾತ್ರಿ ತಾವು ಕುಳ್ಳುವ
ನೆಲದ ಜಾಗವನ್ನು ಗುರುತು ಮಾಡಿಕೊಂಡಿದ್ದಾರೆ

ರಾತ್ರಿ ನಡೆಯುವ ಗದಾಯುದ್ಧ
ಪ್ರಸಂಗದ ಸನ್ನಿವೇಶಗಳ ಕುಣಿವ ಚಿಟ್ಟಾಣಿಯ
ಕಣ್ಣನೋಟ
ಜಲವಳ್ಳಿಯ ಸಿಂಹನಾದದ ಆರ್ಭಟ
ಅಂಗಡಿಯಲ್ಲಿ ಕುಳಿತವರು ಮೆಲುಕು ಹಾಕುತ್ತಿದ್ದಾರೆ

ಮಟಮಟ ಮಧ್ಯಾಹ್ನವೇ ಕುಟಕುಟಿ
ಅಂದರ್ ಬಾಹರ್ ಮಂಡದವರು
ರಂಗಸ್ಥಳ ನೋಡುವ ನೆಪದಲ್ಲಿ
ರಾತ್ರಿ ಜಾಗರದ ಜಾಗ ಹುಡುಕಿದ್ದಾರೆ

ಮೇಳದ ಕಲಾವಿದರ ಗಾಡಿ
ಈಗ ಬಂದಿದೆ
ಹಿರಿಯ ಕಲಾವಿದರ ಜೊತೆ ಫೋಟೋ
ತೆಗೆಸಿಕೊಳ್ಳುವವರು ಮುಗಿಬಿದ್ದಿದ್ದಾರೆ

ನಾವುಡರ ಕಾಲದಿಂದಲೂ ಇರುವ
ಗ್ರೀನ್ ರೂಮು ಹೊಸ ರೂಪ
ಪಡೆದುಕೊಂಡಿದೆ.

ಆದರೆ ನಿದ್ದೆಯನ್ನೆಬ್ಬಿಸಿ ಮಧ್ಯರಾತ್ರಿಯ
ಬಯಲು ಮಾಡುವ ನಾವುಡರ ಕಂಠ
ಮಾತ್ರ ಇನ್ನೂ ಅಲ್ಲೇ ಇದೆ

ಸಂಜೆ ಐದರ ವೇಳೆ ಲೌಡ್ ಸ್ಪೀಕರಿನ
ಶುಕ್ಲಾಂಭರಧರಂ ಹಾಡು
ಎಲ್ಲರ ಕಿವಿಗೆ ಭಾಗವತಿಕೆಯ
ಧ್ವನಿಯಂತೆಯೇ ಕೇಳಿಸುತ್ತಿದೆ

ಚೌಕಿಯಲ್ಲಿ ತಯಾರಾಗುವ ಪಾತ್ರಗಳು
ಪುಟ್ಟ ಕನ್ನಡಿಯಲ್ಲಿ
ಬಣ್ಣ ಬಳಿದುಕೊಂಡು
ರಂಗದಲ್ಲಿ ನಡೆಯುವ ಸನ್ನಿವೇಶಗಳ
ಹೆಜ್ಜೆಗಳ ತಾಲೀಮು ನಡೆಸುತ್ತಿವೆ

ಒಳಮನೆಯಲ್ಲಿ ಗಣಪತಿ ಪೂಜೆ ಮಾಡುವ
ಭಾಗವತರು
ಮೇಳದ ಯಜಮಾನರು
ಪ್ರೇಕ್ಷಕರ ಗ್ಯಾಲರಿಯಲ್ಲಿ
ತುಂಬಿದ ಪ್ರದರ್ಶನದ ಕನಸು ಕಾಣುತ್ತಿದ್ದಾರೆ

ಈ ಮಧ್ಯೆ ಹೆಂಡತಿಯ ಜೊತೆ ಬಂದು
ಜಗಳ ಕೊನೆಗೊಳಿಸುವ ಗಂಡಸರು
ಹಚ್ಚಿದ ಚಿತ್ರಗೀತೆಗೂ ಆಟ ಕುಣಿವ
ಗಡಂಗಿನ ಅಭಿಮಾನಿಗಳು
ಇಷ್ಟದ ಕಲಾವಿದರ ಎದುರುಗೊಳ್ಳುವ ರಸಿಕರ ಜೊತೆ
ಪರದೆ ಬಿಚ್ಚಲೆಂದು ಕಾದ ಕೆಲ ಪುಂಡ ಅಭಿಮಾನಿಗಳು
ನೆಲ ಇರುವ ಕಂಪಾರ್ಟಮೆಂಟಿಗೆ
ನುಸುಳುತ್ತಿದ್ದಾರೆ

# ಇಳಿ ಸಂಜೆ

ಸುತ್ತಲೂ ಹರಡಿರುವ ತಂಪು ಬೆಳಕನು ಕಂಡು
ಸಣ್ಣ ಅಲೆ ಅಲೆಯುತಿದೆ ಇಳಿ ಸಂಜೆಯಲ್ಲಿ
ನದಿದಡದ ಮೌನಕ್ಕೆ ಶರಣಾಗಿದೆ ಜಗವು
ತಂಬೆಲರು ಕೇಳುತಿದೆ ಹಿರಿ ಜೀವವೆಲ್ಲಿ

ಎಲ್ಲಿ ಹೋದನೋ ಅವನು ದಾರಿ ಯಾವುದೋ ಏನೋ
ಕಾಣದೂರಿನ ಕಾಡು ಇನ್ನೂ ಕಂಡೆ ಇಲ್ಲ
ದಿನದಿನವೂ ಬಂದಿಲ್ಲಿ ಕೂತು ಹರಟುವ ಜೀವ
ಕತ್ತಲಾದರೂ ಇನ್ನೂ ಬಂದೇ ಇಲ್ಲ

ಹೊರಟ ದಾರಿಯ ದಿಕ್ಕು ಅವನ ಮನಸಿಗೆ ಗೊತ್ತು
ನಡೆದಷ್ಟು ದೂರದ ದಾರಿ ಅವನ ಜಗತ್ತು
ಸಂಸಾರ ಸಾಗರ ದಾಟಿ ಸಪ್ತ ಸಾಗರ ತಲುಪಿ
ಖುರ್ಚಿ ಖಾಲಿ ಮಾಡುವ ವೇಳೆ ಅವಗೂ ಗೊತ್ತು

ಎಷ್ಟೆಲ್ಲಾ ದಿನದಿಂದ ಅಲೆಯ ಜೊತೆ ಸಂವಾದ
ನಡೆಸಿದ್ದ ಅನುದಿನವು ಖುರ್ಚಿಯಲ್ಲಿ
ಮನೆ ಮಂದಿ ಜನಕೆಲ್ಲ ಬೇಡವಾಗುವುದಕಿಂತ
ಸುಮ್ಮನೆ ಹೊರಡುವುದು ಯೋಗ್ಯವೆಂದು

# ಗರಿ ಹುಟ್ಟುವ ಗಳಿಗೆ

ರಾತ್ರಿಯಿಡೀ ಹೊಯ್ದ ಮಳೆಗೆ
ಹದಗೊಂಡ ಹರೆಯದ ಬೆದೆಗೆ
ಮುದನೀಡಿದ ನರಳುವಿಕೆಯಲ್ಲಿ
ಇನ್ನೂ ಎದ್ದಿಲ್ಲ ಇಳೆ

ಬೇಸಿಗೆಗೆ ಧಿಕ್ಕಾರ ಕೂಗಿದ
ಮರಜಿರಲೆಗಳ ಅನಿರ್ದಿಷ್ಟಾವಧಿಯ
ನಿರಸನ ಅಂತ್ಯವಾಗಿದೆ
ಹಣ್ಣಿನರಸ ನೀಡಲು ಮೋಡಗಳು
ಧರೆಗಿಳಿದಿವೆ

ಮತ್ತೆ ಮತ್ತೆ ಬೀಳುವ ಮಳೆ
ಅವಳ ನೆನಪುಗಳ ಚಿಗುರಿಸಿ
ಬದುಕುವ ಆಸೆ ಮೂಡಿಸಿದೆ
ಹುಲ್ಲು ಕಡ್ಡಿಗೆ ಜೀವ ಬಂದಂತೆ

ಹೊಯ್ಯುವ ಜುಮುರು ಮಳೆಗೆ
ಅದುರುವ ಮರದ ಎಲೆಗಳು
ಮೋಡಗಳಿಗೆ ಸಂತಸದ ಸಂದೇಶ
ರವಾನಿಸಿವೆ

ಧರೆಗಿಳಿದ ಮಳೆಗೆ ಬೆರಗಾದ ಕಪ್ಪೆಗಳು
ಕೂಗಿ ಕೂಗಿ ಕೂಗಿ
ಖುಷಿಗೊಂಡು ಬೆದೆಗೊಂಡಿವೆ

ಹೊಳೆ ಹಳ್ಳಗಳಲ್ಲಿಯ ಮರಿಗಪ್ಪೆಗಳು
ಬಾಲ ಕಳಚಿ ಮೂಡಿ ಬಂದ
ರೆಕ್ಕೆಗಳ ಕಂಡು
ಛಂಗನೆ ಕುಣಿದು ಕುಪ್ಪಳಿಸಿವೆ

ಭೂರಮೆಯ ಉಬ್ಬು ತಗ್ಗಿನ ಮೇಲೆ
ಹೊದೆದ ಮಂಜು ಮುಸುಕನು ಸರಿಸಿ
ತುಂಟ ಮೋಡ ಪುಳಕಗೊಂಡಿದ್ದಾನೆ ಮುಸುಕಿ
ಹದ ಹಸಿರ ಮೈಯಿಂದ
ಹೊರಟ ಗಾಳಿ ಗಂಧ
ನಿನ್ನ ಮೈಯಗಂಧ ನೆನಪಿಸಿತು

ಹೊಸ ಹರೆಯದ ಇಳೆಗೆ
ಈಗ ಗರಿ ಹುಟ್ಟುವ ಗಳಿಗೆ

# ಸಮುದ್ರ ಸಂಗೀತ

ದೂರ ದಿಗಂತದಿಂದ ಓಡಿ ಬರುವ
ಅಲೆಗಳು ದಂಡೆಗೆ ಅಪ್ಪಳಿಸುತ್ತಿವೆ
ನಿರಾಳವಾಗುತ್ತಿವೆ

ಗುರಿಯ ಸಾಫಲ್ಯತೆ
ಪ್ರಯತ್ನದ ಫಲವತ್ತತೆ
ಸಾರುತ್ತಿದೆ ಕಡಲು
ಹಾಗೆ ಒಳಗೆ ಇಣುಕಿದರೆ
ದಂಡೆಯ ಮೌನ ಸಂಗೀತ
ಕೇಳುವುದು

ಸತ್ತ ಮೀನು ಸೌದೆ ಕೋಲು
ಎಲ್ಲವನ್ನೂ ದಂಡೆಗೆಸೆವ
ತಾನು ಶುಭ್ರಗೊಳ್ಳುವ ಪರಿ
ಅಚ್ಚರಿ
ಒಂದು ಕ್ಷಣ ಮನದಲ್ಲಿಣುಕಿದರೆ
ನಿನ್ನೊಳಗಿನ ದ್ವೇಷ ಅಸೂಯೆ
ಕೋಪ ಸಣ್ಣತನಗಳ ಇದೇ
ದಂಡೆಯಲ್ಲಿ ಬಿಟ್ಟು ಹೊರಡುವೆ
ನಿಶ್ಕಲ್ಮಶ ಮನಸ ಹೊತ್ತು

ಶರಧಿಯೊಳಗಿನ ಆಳ ವಿಸ್ತಾರ
ಭೋರ್ಗರೆತ ಭರತ ಇಳಿತಗಳು
ಲಾಗಾಯ್ತಿನಿಂದಿಲ್ಲಿವರೆಗೆ
ಸೇರುವ ಹೊಳೆಹಳ್ಳ ನದಿಗಳು
ಕೂಡುತ್ತಲೇ ಇವೆ
ಎಲ್ಲ ಇದ್ದು ಇಲ್ಲದಂತಿರುವ

ಸಮುದ್ರ ಸಮತೋಲನದ ಪಯಣ
ನಿನ್ನೊಳಗೆ ಬಿಂದು ಸಿಂಧುವಾಗಲಿ

ಆಗಾಗ್ಗೆ ಅಥವಾ ಸಂಜೆಯಲ್ಲಿ
ಸಣ್ಣಗೆ ಅಲೆವ ಅಲೆ ತನ್ನೊಳಗಿನ
ಸುಪ್ತ ಸಂಗೀತ ಸೃಷ್ಟಿಸುವುದು
ನಿನ್ನೊಳಗಿನ ಮಂದ್ರ ಮನಸು
ಅದನು ಕೇಳುವುದು

# ದಣಪೆ

ಹಾಲಕ್ಕಿಗಳ ಅಂಗಳದಾಚೆಗೆ
ಗಿಡದ ಕವಲೊಂದನ್ನು ಹುಗಿದು
ನಾಯಿ ಕರು ಮನುಷ್ಯನಷ್ಟೇ ದಾಟುವಂತ
ದಣಪೆ ಸುತ್ತಲಿನ ಸಾಮಾಜಿಕ ಸೂಕ್ಷ್ಮಗಳ
ನೋಡುತ್ತ ನಿಂತಿರುತ್ತದೆ
ನಿರ್ಲಿಪ್ತ ಭಾವದಲ್ಲಿ

ಪಕ್ಕದ ಮನೆಗಳ ಪಿಸುಮಾತನಾಲಿಸುವ ಇದು
ಶುರು ಹಚ್ಚಿಕೊಂಡ ಜಗಳ
ಹೆಚ್ಚಾಗಲೆಂದು ಪಟಕ್ಕನೆ ಒಳಗೆ ಓಡಿ
ಮೂಲೆಯಲ್ಲಿದ್ದ ಹಿಡಿಯನ್ನು
ತುದಿ ಮೇಲಾಗಿಸಿಡುವುದು

ಸುಗ್ಗಿಯ ಕುಣಿತ ಹಗಣ ಗುಮಟೆ ಪಾಂಗ್
ಕೂಟದ ನಿರ್ಣಯಗಳು ನಿಕ್ಕಿಯಾಗಿ
ಊರ ಮಾತಾಗುವುದು ಇಲ್ಲಿಯೇ

ಸೊಂಟದ ಮೇಲಿದ್ದ ಕೊಡಗಳು ಕೆಳಗಿಳಿದು
ಎಷ್ಟೆಲ್ಲ ಕೆಟ್ಟ ಸುದ್ದಿಗಳನ್ನು ಮನಸೋ ಇಚ್ಛೆ ಬೆಳೆಸಿ
ಬಚ್ಚಲ ಬಳ್ಳಿಯೊಂದು ಮೈಮೇಲೆ ಊರ್ಧ್ವ
ಮುಖದಲ್ಲಿ ಹಬ್ಬುವವರೆಗೆ
ಮಾತು ಮಾತು ಮಾತು

ಅಪರಿಚಿತ ನಾಯಿ ಸಿದ್ದಣ್ಣ ಬುಡಬುಡಕಿ
ಮಾರಿಕ್ಯಾಮ್ಮನನ್ನು ತಡೆಯುವಂತೆ
ನಾಯಿಗೆ ದಣಪೆಯೇ ಧೈರ್ಯ ತುಂಬುವುದು
ತಾಜಾ ಮೀನು ತರುವ ಬೆಟ್ಕುಳಿಯ ದಾಲ್ದೀರ್ ಅಜ್ಜಿಯನ್ನು ಬಿಟ್ಟು

ಇಂದೂ ಹೊರಗೆ ನಿಲ್ಲಬೇಕಲ್ಲ ಎಂದು
ಶಾಲಾ ಪ್ರವೇಶದ ಬಾಕಿ ಹಣವಿಲ್ಲದೇ
ಹೋಗುವ ವ್ಯಗ್ರ ಮನಸ್ಸಿನ ಪೋರನ
ಮೈದಡವಿ ಸಂತೈಸುವುದು
ಅಪ್ಪ ಮಕ್ಕಳ ತಾರಕಕ್ಕೇರಿದ ಜಗಳ
ಮುಂದುವರಿದು ನಿಲ್ಲುವುದು
ಇದೇ ದಣಪೆಯಲ್ಲಿಯೇ

ಹಾಲಕ್ಕಿಗಳ ದಣಪೆಯಲ್ಲಿ ನಿಂತು ಸಾರಸ್ವತ ಲೋಕ
ಬೆಳಗಿದ ಚಿತ್ತಾಲರ
ಬುಡಾಣಸಾಬ ಸಂಕ ದಾಟುವುದು ಕಂಡದ್ದು
ಉತ್ತಮಿ ಬೊಮ್ಮಿಯರು
ಹುಲ್ಲುಹೊರೆ ಹೊತ್ತು ಹೋದದ್ದು
ಸೆರೆ ಕಥೆಯಲ್ಲಿ ಬರ್ಮಾಚಾರಿ ಒಡೆದೀರ
ಬರ್ಮಚರ್ಯವನ್ನೆ ಸೆರೆಹಿಡಿದ ದೇವಿ
ಬಂದದ್ದು ಇಂತಹ ದಣಪೆಯಲ್ಲಿಯೇ

ಅಪ್ಪ ಮೇಯಲು ಹೋದ
ಮಂಗ್ಳುವ ಕತ್ತಲಾಗುವವರೆಗೂ
ಬರ ಕಾಯುವುದು
ಹಮ್ಮಣ್ಣ ನಾಯ್ಕನ ಸಂಕದ ಹತ್ತಿರ
ಬರುವ ಹಾಲ್ಟಿಂಗ್ ಬಸ್ಸಿನ ಸದ್ದು ಆಲಿಸುವುದು
ನಾಟಕದ ತಾಲೀಮು ತಾಸುಗಟ್ಟಲೆ ಕೇಳುವುದು
ಓಣಿಯ ಈ ದಿವ್ಯ ಸಂದಿಯಲ್ಲೆ

ದಣಪೆಯಲ್ಲಿ ನಿಂತರೆ ಅಪ್ಪ ಹಳ್ಳ ಹಾಯಿಸುವ
ಸಪ್ಪಳ ನನಗೀಗಲೂ ಕೇಳಿಸುವುದು
ಒಮ್ಮೊಮ್ಮೆ ಅಪ್ಪನೇ ನಿಂತು ತದೇಕಚಿತ್ತದಿಂದ
ನನ್ನನೇ ನೋಡುವನು
ಅವನ ಜೊತೆ ದಣಪೆಯೂ

# ನಿರಾಕಾರ ಇರುಳು

ಇರುಳು ಹೇಗೆ ಕಾಣುತ್ತದೆಂದು
ರಾತ್ರಿಯೇ ನೋಡಬೇಕೆಂದು
ಏನನ್ನೂ ಕಾಣಿಸದ ಅಂಗಳದಲ್ಲಿ ಕೂತೆ
ಕಾರ್ಗತ್ತಲ ಕೂಪದಲ್ಲಿ
ಆಕಾರವೇ ಗೋಚರಿಸಲಿಲ್ಲ

ರಾತ್ರಿ ಎಂಟು ಗಂಟೆಗೆ ಬಂದ ಹಾಲ್ಟಿಂಗ್ ಬಸ್ಸು
ಜನರನ್ನು ಇಳಿಸಿ
ಇಂಜಿನ್ನಿನ ಎದೆ ತೆರೆದು
ಬೀಸುವ ತಂಗಾಳಿಗೆ
ಧಗೆಯಾರಿಕೊಳ್ಳುವುದು

ಡ್ರೈವರು ಕಂಡಕ್ಟರು ಮಲಗಲು ಸೀಟುಗಳನ್ನು
ನೇರ್ಪಡಿಸುವ ದಡಬಡ ಸದ್ದು
ಕೂಗಳತೆ ದೂರದವರೆಗೂ ಕೇಳಿಸುವುದು

ಗದ್ದೆ ಬಯಲಿಗೆ ಕಾಡು ಪ್ರಾಣಿ ಬಂದ ಬಗ್ಗೆ
ಸೂಚನೆ ಕೊಡುವ ತೀತೆ ಹಕ್ಕಿ
ಟೀಟೀಂಟ್ಯಾ... ಎಂದರೆ ಸಾಕು
ಇಡೀ ಊರೇ ಎದ್ದು
ಹೊಡೆಗೆ ಬಂದ ಗದ್ದೆಗೆ ಬ್ಯಾಟರಿ ಬಿಡುವುದು

ಚೆಳ್ಳೆ ಮರದ ಮೇಲೆ ಕೂತ ಜೋಡಿ
ಗುಮ್ಮ ಹನಿಮೂನ್ ಮೂಡಿನಲ್ಲಿ
ಉಂ...ಊಂ... ಉಂ...
ಮಿಲನೋತ್ಸವದ ಉತ್ತುಂಗದ ಸದ್ದಿಗೆ
ಗಾಳಿಯೂ ಸ್ಖಲಿಸುವುದು

ಮರದಿಂದ ಮರಕ್ಕೆ ಹಾರಿ ಮಿಡತೆಗಳ ಚಪ್ಪರಿಸುವ
ಕಾಡುಬೆಕ್ಕಿನ ಕಡೆ ಬ್ಯಾಟರಿ ಬಿಟ್ಟರೆ
ಅದರ ಕಣ್ಣು
ಶಿಕಾರಿವಾಲ ಕುಳ್‌ದೇವು ಸಣತಮ್ಮರ
ಹೆಡ್‌ಲೈಟಿನಂತೆ ಪ್ರತಿಫಲಿಸುವುದು

ಹತ್ತುವರೆಗೆ ಬರುವ ಧಾರವಾಡ ಸ್ಟೇಷನ್ನಿನ
ಚಿತ್ರಗೀತೆಗಳನ್ನು ಕೇಳುತ್ತ ಜೀರುಂಡೆಗಳು
ತಾವು ಗುನಗುನಿಸುವವು

ಇದೇ ಹೊತ್ತಿಗೆ ಮಣಕನ ಗುಂಡಿಗೆ
ಗಾಳಕ್ಕೆ ಹೋದ ಗೋಪಾಳ ಸುಕ್ರು
ನಮ್ಮ ಮನೆ ದಿಬ್ಬದ ಮೇಲೆ ನಿಂತು
ಕೆಮ್ಮಿದಾಗ ಔಲ್ ಗದ್ದೆಯ ತುದಿಯ
ಅವನ ಮನೆಯ ಒಲೆಯಲ್ಲಿ ಬೆಂಕಿ ಒಟ್ಟುವರು
ಮಡಕೆಯ ಮೀನು ಪಳದಿಯ
ಕಮ್ಮಗಿನ ಪರಿಮಳ ಹೀರುತ್ತ ನಕ್ಷತ್ರಗಳು
ಸಣ್ಣ ನಿದ್ದೆಗೆ ಜಾರುವವು

# ಹಿತ್ತಿಲು

ಹಿತ್ತಿಲೆಂದರೆ ಅಕ್ಕ ನೆಟ್ಟ
ಬಸಲೆ ಚಪ್ಪರ ಮಿಂದ ನೀರು
ಸೋಸಿದ ಚಾ ಸೊಪ್ಪು
ಅಕ್ಕಿ ತೊಳೆದ ನೀರು
ಅನ್ನ ಬಾಗುವ ಕೊಯ್ಲು
ನಡು ಮಧ್ಯಾಹ್ನ ಹಾಕುವ ಗಂಜಿಗಾಗಿ ಕಾಯುವ ನಾಯಿ

ಸದಾ ಎಳ್ಳಿದಂತೆ ಕಾಣುವ ಅಬ್ಬಲಿ
ಮಾವಿನ ಮರ ತಬ್ಬಿದ ಮಲ್ಲಿಗೆ
ಬೊಟ್ಟಿ ಗೊಂಡೆ ಹೂಗಳು ಅವಳ ಹಿತ್ತಿಲ ಭಾಗವೇ

ಗೆಂಡೆ ತುಂಡು ತುಂಡು ಮಾಡಿ ನೆಟ್ಟ
ಕೆಸಿನ ಓಳಿ ಮಳೆಗಾಲದಲ್ಲಿ ಹುರೇಸುವುದೇ
ನನ್ನ ಕೆಲಸ
ಸೌತೆ ಮೊಗೆ ಓಳಿಗಳೂ ದೀಪಾವಳಿ
ನಿರೀಕ್ಷೆಯಲ್ಲಿರುತ್ತವೆ
ಪುಟಪುಟಿಯಾಗಿ ಕಂಡ ಪೆಂಡೆ
ಒಣಗುತ್ತಿರುತ್ತದೆ ಗಿಡದ ಮೇಲೆ
ಅದರೆಲ್ಲ ಸತ್ವ ಹೀರಿ ಮತ್ತೆ ಜೀವ ಪಡೆಯಲು

ಈ ಹಿತ್ತಿಲಿಗೆ ಅಪ್ಪ ಬರುವುದೇ ಕಡಿಮೆ
ತಾಯಿಯಿಲ್ಲದ ನನ್ನ ಹೊಟ್ಟೆಯ ಮಗುವಿನಂತೆ ಕಾದ ಅಪ್ಪ
ಅವಳ ಸೆರಗಿಗೆ ನನ್ನನ್ನು ಕಟ್ಟಿಬಿಟ್ಟ

ಇಲ್ಲೊ ಒಂದು ಸಣ್ಣ ಅಂಗಳ
ಮೆರಿಯುವ ಒನಕೆಯ ಒಳ್ಳು
ಗೋಲಾಕಾರದಲ್ಲಿ ಹರಗಿದ ಮುರಗಲ ಓಡು
ವಾಟೆ ಹುಳಿ ಜುಮ್ಮನ ಕರೆ ಎಲ್ಲ ಬರುವ
ಮಳೆಗಾಲದ ಖರ್ಚನ್ನು ತೋರಿಸುತ್ತಿವೆ

ಶೆಟ್ಲೆ ಕಲ್ಗ ಚಿಪ್ಪಿಕಲ್ಲಿನ ಮಾಯ್ಸ
ಒಣಗಿಸಿ ಕೊಟ್ಗಿ ಕಟ್ಟಿಡುವ ಅಕ್ಕನಿಗೆ
ಸಂಜೆಯಾದರೆ ಅದೇ ಕೆಲಸ

ಒಮ್ಮೊಮ್ಮೆ ಹಳ್ಳದ ಕಡೆಗೆ ಸುಬದ್ರಿ ಬಂದರೆ
ಮೇಲಿನ ಮನೆಯ ಸುಬ್ಬಿ ಬಂದರೆ
ಹಳ್ಳಕ್ಕೆ ಬಟ್ಲು ಹಾಕಿ ಮೀನು ಹಿಡಿಯುವ
ಸುದ್ದಿಯದೇ ಮಾತು

ಮತ್ತು
ಚನಗಾರದಲ್ಲಿ ನಾಟಕ ಕಡ
ತಾಲೀಮು ಮಾಡ್ತೀವ್ರ ಕಡ ಅನ್ನುತ್ತ
ತಿಂಗಳ ಮೊದಲೇ ಸಂಭ್ರಮ

ಇದೇ ಚಿಟ್ಟಿಯ ಮೇಲೆ ಹೂವಿನ ಜಡೆ ಕಟ್ಟುವ
ಹಲಸು ಕೆಮುಂಡೆ ಇಸಾಡು ಹಣ್ಣುಗಳ
ಕೊಯ್ದು ಹಂಚುವ
ಹೊಸ್ತಿನ ಉಪಾರ ತಿನ್ನುವ
ಬೆಳದಿಂಗಳಲ್ಲಿ ಪಳ್ದಿ ಬಡಿಸಿ ಉಂಬುವ
ಕತೆಗಳಿಗೇನು ಕಡಿಮೆಯಿಲ್ಲ

ಅಣ್ಣನ ಮದುವೆಯ ಸಕಲ ಸಂಗತಿಗಳೂ
ನಿಕ್ಕಿ ಮಾಡಿದ್ದು
ಉಂಡ ಮೇಲೊಂದು ಗಳಿಗೆ ಮಲಗಿ

ಆರಲು ಮೂರು ಗೆಂಟಿನ ಕಣೆ
ಬೆಳ್ಳು ಚಂದಿರನ ನೋಡುವುದು
ಓಡುವ ನಕ್ಷತ್ರಗಳನ್ನು ಕಾಣಿಸುವುದು ಇದೇ ಜಾಗದಲ್ಲಿ

ಹಿತ್ತಿಲೆಂದರೆ ಅಕ್ಕನಿಗೆ
ಅವಳ ದೈನಿಕದ ಆಗು ಹೋಗುಗಳ
ನೈಜ ಕೌಟುಂಬಿಕತೆ

# ವೀರಲೋಕದ ಪ್ರಕಟಣೆಗಳು

1. ಕೈ ಹಿಡಿದು ನೀ ನಡೆಸು ತಂದೆ–**ವಿಶ್ವೇಶ್ವರ ಭಟ್**........................................**250/–**
2. ವಿಶ್ವಸುಂದರಿ–**ಕುಂ. ವೀರಭದ್ರಪ್ಪ**........................................**160/–**
3. ನಿಮಗೆಷ್ಟು ಹಣ ಬೇಕು?–**ಅನಂತ ಹುದೆಂಗಜೆ**........................................**250/–**
4. ಆರ್ಟ್ ಆಫ್ ಸಕ್ಸಸ್–**ರಮೇಶ್ ಅರವಿಂದ್**........................................**120/–**
5. ಮನಿ ಮನಿ ಎಕಾನಮಿ–**ರಂಗಸ್ವಾಮಿ ಮೂಕನಹಳ್ಳಿ**........................................**160/–**
6. ಇವರು ಅವರು ದೇವರು–**ಜೋಗಿ**........................................**200/–**
7. ಲಾಸ್ಟ್ ಡೇಸ್ ಆಫ್ ಲೆಜೆಂಡ್ಸ್–**ಗಣೇಶ್ ಕಾಸರಗೋಡು**........................................**225/–**
8. ಒಳ್ಳೆಯ ಬದುಕಿನ ಸೂತ್ರಗಳು–**ರವಿ ಕೃಷ್ಣಾರೆಡ್ಡಿ**........................................**150/–**
9. ಸೋಲೆಂಬ ಗೆಲುವು–**ದೀಪಾ ಹಿರೇಗುತ್ತಿ**........................................**150/–**
10. ಬೆಳ್ಳಿತೆರೆಯ ಬಂಗಾರದ ಗೆರೆ–**ಗಣೇಶ್ ಕಾಸರಗೋಡು**........................................**150/–**
11. ನಟನ ಕಥೆ–ಮಂಡ್ಯ ರಮೇಶ್–**ಎನ್. ಧನಂಜಯ**........................................**250/–**
12. ತ್ಯಾಗಕ್ಕಿಲ್ಲ ನೂಕುನುಗ್ಗಲು–**ಡಾ. ಗವಿಸ್ವಾಮಿ ಎನ್.** ........................................**140/–**
13. ಬದುಕೇ ಭಗವಂತ–**ಡಾ. ಡಿ.ಎಸ್. ಶ್ರೀನಿವಾಸ ಪ್ರಸಾದ್**........................................**170/–**
14. ಮಾದಕ ದೊರೆ–**ಸಂತೋಷಕುಮಾರ ಮೆಹೆಂದಳೆ**........................................**375/–**
15. ದ್ವೈತ–**ರಾಘವ್** ........................................**140/–**
16. ಹೃದಯದ ಮಾತು ಕೇಳಿ–**ಮಂಜುನಾಥ್ ಚಾಂದ್**........................................**150/–**
17. ಹಿಂದಿನ ನಿಲ್ದಾಣ–**ಶುಭಶ್ರೀ ಭಟ್ಟ**........................................**120/–**
18. ಪ್ರೀತ್‌ಸು–**ರಾಜೀವ ನಾರಾಯಣ ನಾಯಕ**........................................**170/–**
19. ಕೃಷಿ ಯಾಕೆ ಖುಷಿ?–**ನರೇಂದ್ರ ರೈ ದೇರ್ಲ** ........................................**140/–**
20. ಕ್ಷಯ–**ಡಾ. ವಾಸುದೇವ ಶೆಟ್ಟಿ**........................................**120/–**
21. ಅರ್ಧ ಬಿಸಿಲು ಅರ್ಧ ಮಳೆ...–**ಸದಾಶಿವ ಸೊರಟೂರು**........................................**120/–**
22. ಯಾರೂ ಹೇಳದ ಕಥೆಗಳು–**(ಸಂ.) ಸುದರ್ಶನ ಚೆನ್ನಂಗಿಹಳ್ಳಿ**........................................**150/–**
23. ಕಥಾ ಸಾಗರಿ–**ನಾಗವೇಣಿ ವೆಂ. ಹೆಗಡೆ ಹೆಗ್ಗರ್ಸಿಮನೆ**........................................**120/–**
24. ಮೆಮರೀಸ್ ಆಫ್ ಬಾಸ್ರಾ–**ರಂಗಸ್ವಾಮಿ ಮೂಕನಹಳ್ಳಿ**........................................**160/–**
25. ಮೇರುನಟ–**ಡಾ. ಶರಣು ಹುಲ್ಲೂರು** ........................................**120/–**
26. ನಾ ಸೆರೆಹಿಡಿದ ಕನ್ಯಾಸ್ತ್ರೀ–**ಶಶಿಧರ ಹಾಲಾಡಿ** ........................................**200/–**
27. ಟ್ರಾಯ್–**ಗಾಯಿತ್ರಿ ರಾಜ್**........................................**200/–**
28. ಫಾರೆಸ್ಟರ್ ಪೊನ್ನಪ್ಪ–**ನೌಶಾದ್ ಜನ್ನತ್**........................................**300/–**
29. ವಿಶ್ವಯಾನಕ್ಕೆ ಗಣಿತವಾಹನ–**ಎಸ್.ವಿ. ಶ್ರೀನಿವಾಸಮೂರ್ತಿ**........................................**200/–**
30. ಲೆಟ್ಸ್ ಮೇಕ್ ಎ ಶಾರ್ಟ್ ಫಿಲಂ–**ಜಯರಾಮಾಚಾರಿ** ........................................**120/–**

31. ಕುಣಿಗಲ್ ಟು ಕಂದಹಾರ್–**ಮಂಜುನಾಥ್ ಕುಣಿಗಲ್**........................260/–
32. ಗದಾಯುದ್ಧಂ–**ಡಾ. ಎಂ.ಎ. ಜಯರಾಮ್ ರಾವ್**........................350/–
33. ಫೀನಿಕ್ಸ್–**ದೀಪಾ ಹಿರೇಗುತ್ತಿ**........................120/–
34. ಹಿಟ್ಲರ್ ಲವ್ ಪಾಲಿಟಿಕ್ಸ್–**ಸತೀಶ ಬಳೆಗಾರ**........................170/–
35. ಭಾನುಮತಿಯ ಪರಿವಾರ–**ಕುಮಾರಸ್ವಾಮಿ ತೆಕ್ಕುಂಜ**........................140/–
36. ನೀ ದೂರ ಹೋದಾಗ–**ಫೌಝಿಯ ಸಲೀಂ**........................220/–
37. ವ್ಯಗ್ರ ಮತ್ತು ಇತರ ಕಾದಂಬರಿಗಳು–**ಕುಮಾರ ಬೇಂದ್ರೆ**........................180/–
38. ಸತ್ಯದ ಅನಾವರಣ–**ಕೆ.ಎಸ್. ರಮಾಸುಂದರಿ**........................100/–
39. ಅಂತಾರಾಷ್ಟ್ರೀಯ ಕುಂಬಳಕಾಯಿ ಮತ್ತು ಇತರ ಕಥೆಗಳು
**–ಅಬ್ದುಲ್ ರಶೀದ್**........................120/–
40. ಅನಾಥ ಪ್ರೀತಿಯ ಅನುಬಂಧ
**–ಬಿ. ಮಂಜುನಾಥ್ ಕಾಮತ್ ಹಾಲಾಡಿ**........................140/–
41. ಹಕ್ಕಿ ಮತ್ತು ಹುಡುಗಿ (ಕವನ ಸಂಕಲನ)–(ಸಂ.) **ಪ್ರಜಾವಾಣಿ ಬಳಗ**.....150/–
42. ಹಾವಿನ ಮನೆ–**ಅನು ಬೆಳ್ಳೆ (ರಾಘವೇಂದ್ರ ಬಿ. ರಾವ್)**........................250/–
43. ಈಗಲ್ಸ್ ಲೈನ್–**ರಾಜೇಶ್ ಕುಮಾರ್ ಕಲ್ಯಾ**........................220/–
44. ನಂಬಿಕೆಯೆಂಬ ಗಾಳಿಕೊಡೆ–**ಡಾ. ಪ್ರೇಮಲತ ಬಿ.**........................180/–
45. 10 ಕುಟುಂಬ 18 ಗೋತ್ರದ ಗೌಡ ಪರಂಪರೆ
**–ಪುತ್ತೂರು ಅನಂತರಾಜ ಗೌಡ**........................300/–
46. ಗಿಳಿಯು ಬಾರದೆ ಇರದು (ಕಥಾಸಂಕಲನ)
**–ಪಿ.ಎಸ್. ಶ್ರೀಧರನ್ ಪಿಳ್ಳ (ಅನುವಾದ: ಮೇರಿ ಜೋಸೆಫ್)**........................85/–
47. ಒಂದು ಆದಿಮ ಪ್ರೇಮ (ಕವನ ಸಂಕಲನ)–**ನಂದಿನಿ ಹೆದ್ದುರ್ಗ**........................150/–
48. ಮಣ್ಣೇ ಮೊದಲು... (ಕವನ ಸಂಕಲನ)–**ಪಾಪುಗುರು**........................120/–
49. ಬಿಂಜೆಮುಳ್ಳು (ಕವನ ಸಂಕಲನ)–**ಫಾಲ್ಗುಣ ಗೌಡ ಅಚವೆ**........................120/–
51. ಗಾಯಗೊಂಡ ಸಾಲುಗಳು (ಕವನ ಸಂಕಲನ)
**–ಸದಾಶಿವ ಸೊರಟೂರು**........................110/–
52. ನಿನ್ನ ಧ್ಯಾನದ ನೂರೊಂದು ಹಣತೆ (ಕವನ ಸಂಕಲನ)
**–ವಾಸುದೇವ ನಾಡಿಗ್**........................170/–

---